पहिली आठ वर्षं

सहज शिक्षणाची

डॉ. श्रुती पानसे

सकाळ प्रकाशन

सकाळ प्रकाशन

पहिली आठ वर्षं

प्रथम आवृत्ती : जून २०१६

द्वितीयावृत्ती : नोव्हेंबर २०१६

अक्षरजुळणी
अश्विनी महाजन

मुखपृष्ठ व आतील मांडणी
संदीप देशपांडे

प्रकाशक
सकाळ पेपर्स प्रा. लि.
५९५, बुधवार पेठ, पुणे ४११ ००२

मुद्रणस्थळ
रेप्रो नॉलेज कास्ट लिमिटेड, ठाणे

ISBN : 978-93-84316-71-6

अधिक माहितीकरिता
०२०-२४४० ५६७८/८८८८८ ४९०५०
sakalprakashan@esakal.com

मानसशास्त्राचे विद्यार्थिप्रिय
प्राध्यापक बी. डी. गरुड यांना...

प्रिय वाचक

आपण अभ्यासलेल्या गोष्टी केवळ पीएच.डी.च्या प्रबंधात, संशोधनाच्या ठरावीक भाषेत न राहता सर्वांपर्यंत पोहोचल्या, तर त्याचा आनंद काही वेगळाच असतो.

या पुस्तकाच्या निमित्तानं हे घडतं आहे. याचं श्रेय *सकाळ*च्या 'सप्तरंग' पुरवणीचे संपादक श्रीराम पचिंद्रे आणि प्रदीप कुलकर्णी यांना द्यायला हवं. त्यांनी सुचवल्याप्रमाणे 'स्मार्ट संगोपन' ही लेखमाला प्रकाशित होत होती. या लेखमालेमुळे कित्येक वाचकांपर्यंत पोहोचता आलं.

यावर आधारित पुस्तक करावं असं *सकाळ प्रकाशन*च्या संपादक दीपाली चौधरी यांनी सुचवलं. त्यातून हे पुस्तक आकाराला आलं. संदीप देशपांडे यांनी केलेल्या अर्थपूर्ण मुखपृष्ठाची तर क्या बात! एका अर्थानं हे छान टीमवर्क आहे.

'नव्या' पालकांसाठी हे पुस्तक उपयुक्त ठरेल, असा विश्वास नक्कीच आहे.

तुमच्या प्रतिक्रियांच्या अपेक्षेत,

- डॉ. श्रुती पानसे
drshrutipansegmail.com

अनुक्रमणिका

भूमिका

स्वत:च्या पायावर उभं राहायला सर्वात जास्त वेळ घेणारं बाळ कोणत्या प्राण्याचं? ... तर मानवप्राण्याचं.

केवळ मानवाचंच नव्हे, तर निसर्गत: प्रत्येक बाळ स्वत:च्या कामकाजाची 'वर्क ऑर्डर' घेऊन आलेलं असतं. चार पायांच्या प्राण्यांची काही पिल्लं जन्मत:च उठून उभं राहायची धडपड करतात; आणि उभं राहतातदेखील. मांजरांसारख्या काही प्राण्यांचे डोळे काही दिवस बंदच असतात. हळूहळू ते उघडतात. कोशातून बाहेर पडू बघणारं फूलपाखरू आपले नाजूकसे पंख सुटे करण्यासाठी धडपडत असतं. ही धडपड त्याच्या अवघ्या अस्तित्वासाठीच चाललेली असते. खूप धडपड केल्यानंतरच स्वत:चे पंख विलग करणं शक्य होतं. पंख सुटे करण्यासाठी दुसऱ्या कोणी मदत केली तर पंखांत पुरेशी ताकद येत नाही. मात्र, एकदा का हे पंख उघडले, की क्षणाचीही वाट न बघता ते उडून जातं. आपली कामं प्रत्येकाला माहितीच असतात. इतर प्राण्यांची बाळं भूक लागली की भक्ष्य शोधतात किंवा आईला शोधतात. मानवाचं बाळ रडतं. ज्याच्या त्याच्या मेंदूत जे लिहिलेलं असेल, त्याबरहुकूम वागतात सगळी पिल्लं.

जन्मत: मानवप्राण्याचं बाळ कसं असतं? ज्याला स्वत:हून

काहीही करता येत नाही, असा एक हाडामांसाचा फक्त गोळा? की... अतिशय समर्थ असा मेंदू घेऊन आलेली मानवाची छोटी प्रतिकृती?

विज्ञान याचं उत्तर असं देतं की 'नॉर्मल' बाळाची शरीर- मेंदूतली यंत्रणा स्वत:हून शिकण्यासाठी - स्वत:हून वाढण्यासाठी अतिशय सक्षम असते. 'मूल वाढवणं' असा एक शब्दप्रयोग सध्या रूढ झालेला आहे. वास्तविक, आपण पालक 'मूल वाढवत नसतो'; तर ते मूल स्वत:हून वाढत असतं. आपण या वाढण्याला चांगली साथ द्यायला हवी. त्याच्या / तिच्या विकासाची नैसर्गिक चाल समजून घ्यायला हवी.

मुलांच्या बौद्धिक वाढीत वय वर्ष ० ते २, २ ते ६ आणि ६ ते ८ असे टप्पे असतात. न्यूरो-सायकोलॉजीच्या दृष्टिकोनातून या टप्प्यांना विशेष महत्त्व आहे. बाळाला आनुवंशिकतेनुसार काय मिळालं आहे आणि त्याच्या आजूबाजूचा परिसर कसा आहे, यावर त्याची जडणघडण अवलंबून असते. आनुवंशिकता ही आपल्या हातात नसते; पण परिसर घडवण्याचा प्रयत्न आपण नक्कीच करू शकतो. लहानपणात जसे अनुभव त्याला येतात, त्याप्रमाणे त्याच्या व्यक्तिमत्त्वाचा पाया तयार होतो. यावरच आता इमारत बांधली जाणार असते.

नुकतंच जन्मलेलं बाळ ते आठ वर्षांचं मूल - ही जडणघडण कशी होते, हा आपल्याही कुतूहलाचा भाग असतो. मागच्या पिढीतले लोक सहजपणे म्हणून जातात, 'मुलं कशी मोठी झाली हे कळलंही नाही. फारसं लक्षच नसायचं आमचं.' मात्र, मूल मोठं होताना जाणीवपूर्वक बघणं हा आनंदाचा भाग आहे. पहिल्या दोन वर्षांत बाळ स्वत:हून कितीतरी गोष्टी शिकतं. त्याला कोणीही मुद्दाम शिकवत नाही. त्याच्यासाठी अभ्यासक्रम आखत नाही. तरीही त्याला जी मूळ कौशल्यं आयुष्यभरासाठी लागणार आहेत, ती सर्वच्या सर्व त्याला पहिल्या दोन वर्षांत आपसूकपणे यायला लागतात. वास्तविक जन्मल्यानंतर लगेच मेंदूची यंत्रणा कामाला लागते. बाह्य जगातले अनुभव भराभर टिपायला सुरुवात करते. हे अनुभवच त्याच्यासाठी अतिशय महत्त्वाचे असतात.

बाळ जन्माला आल्यापासून ते जवळपास आठ वर्षांचा काळ हा एक सुंदर प्रवास आहे. आठव्या वर्षाला पोहोचेपर्यंत मूल वाढीच्या आणि विकासाच्या एका टप्प्यावर पोहोचलेलं असतं. स्वावलंबी झालेलं असतं. या पुस्तकामध्ये मूल कसं वाढतं, विकासाची प्रक्रिया त्याच्या मेंदूत कशी घडत असते, आणि या विकासाला आपण कशा प्रकारे साथ द्यायला हवी, हे प्रामुख्याने मांडलं आहे.

■

पूर्वतयारी

गर्भधारणा झाल्या क्षणापासून आईच्या पोटात बाळाचं शरीर घडत असतं, आतले अवयव घडत असतात. या अवयवांना कामाला लावणारा मेंदू घडत असतो. जगण्याची पूर्वतयारी चाललेली असते. या पूर्वतयारीला आईचा, बाबाचा, आसपासच्या वातावरणाचा हातभार हवा असतो. सकारात्मक हातभार मिळाला तर तो गर्भ व्यवस्थित- शारीरिक-मानसिकदृष्ट्या कणखर असा– घडतो. आई उत्साहात, आनंदात असेल तर बाळही तसंच होतं. बाळाच्या मनात आनंद, उत्साह, सकारात्मक विचार, स्थैर्य या भावना उतरतात. मात्र, काही कारणानं आईला त्रास झाला तर मूल आईच्या मनातल्या गोष्टी घेऊनच जन्माला येतं. आईच्या मनातली काळजी, असुरक्षितता, दगदग त्याच्या / तिच्या स्वभावात नकळत उतरते. एकदा मूल जन्मलं की त्याच्यावर आनुवंशिकतेचा परिणाम जास्त होतो की आसपासच्या वातावरणाचा, हा आजही मानसशास्त्रज्ञाच्या दृष्टीनं संशोधनाचा विषय आहेच.

आजच्या बालपणाचा विचार करायचा असेल तर बाळांना जन्म देणाऱ्या आधुनिक आईबाबांच्या जीवनशैलीचा विचार करावाच लागेल. भावी आईबाबांचं वय, त्यांची कामं, त्यांना

बाळाला जन्म देण्याची असलेली इच्छा (किंवा अनिच्छा), या सर्वांसाठी त्यांना रूटीनमधून काढावा लागणारा वेळ हे बघावंच लागेल. विशेषत: भावी आईला तिच्या जीवनशैलीत जो बदल स्वीकारावा लागतो, त्यासाठी तिच्या मनाची तयारी ही सर्वाधिक महत्त्वाची ठरते.

गर्भधारणा झाल्याचं कळल्यानंतर तिच्यावर काही बंधनं येतात. उदाहरणार्थ, काही काळ किकस्टार्टची गाडी वापरायची नाही. मग बटनस्टार्टची गाडी तरी वापरायची की दुसऱ्या वाहनाची सोय करायची, असे छोटे, पण तिचं स्वातंत्र्य हिरावून घेणारे निर्णय तिला घ्यावे लागतात. अभ्यास, ऑफीसची कामं यापैकी जे काही चालू असेल त्यातून सुट्टी घ्यावी लागते. असे निर्णय कधीकधी तिला कटकटीचे वाटू शकतात. कमी खाणं, काहीही खाणं, घाईघाईत न खाता घर सोडणं, अशा गोष्टी केल्या तर दोन जीव उपाशी राहतात. अशा वेळी स्वत:ला काय वाटतं, हे महत्त्वाचं नसून डॉक्टरांचं ऐकणं हे आपल्याच हिताचं आहे, हे समजून घ्यायला हवं. आईच्या पोटात बाळ घडत असतं तेव्हापासून खऱ्या बालसंगोपनाला सुरुवात होते.

आपल्या जीवनशैलीत बदल करायची इच्छा नसलेली जोडपी मुलांना जन्म देण्याचं टाळतात. अशा डिन्क (डबल इन्कम - नो किड्स - DINK) फॅमिलीज यांनी आपल्या वेळाचा- क्षमतेचा विचार करून हा निर्णय घेतलेला असतो. कधीकधी मात्र हे पालकत्व आपल्याला झेपेल की नाही, याचा विचार न करता बाळाला जन्म द्यायचा आणि नंतर त्याची हेळसांड करायची, असंही घडताना दिसतं. हा प्रकार अक्षम्य आहे. 'मला जन्म द्या,' म्हणून मूल पाठीमागे लागलेलं नसतं. मात्र, एकदा जबाबदारी स्वीकारली की ती पारही पाडायला पाहिजे. निव्वळ जबाबदारी म्हणून अर्थातच नाही; तर आनंदाचा भाग म्हणून!

एक बातमी अशी वाचनात आली होती, की सुशिक्षित आणि नवश्रीमंत मुलंमुली लिव्ह-इन-रिलेशनशिपमध्ये राहतात. अशा घटनांचं प्रमाण सध्या वाढले आहे. मात्र, त्यातून चुकून मूल जन्माला आलं तर त्याला स्वीकारायची दोघांचीही तयारी नसते, म्हणून ते नवजात बाळ आश्रमाला दिलं जातं. अशा उदाहरणांचं प्रमाण वाढतं आहे. एरवी खरं तर हे पालकच; मात्र, आपल्याच बाळाचं पालनपोषण करायला तयार नसणारे असे पालक नकोतच. अगतिकतेच्या किंवा आर्थिक कारणावरून मूल आश्रमात द्यायची वेळ आली तर ती गोष्ट वेगळी.

बाळ जन्माला घालायच्या आधी, पालकांनीही पालक व्हायच्या आधी नव्या भूमिकेची तयारी करायला हवी. 'हल्लीची पिढी स्मार्ट आहे,' असं म्हटलं

जातं. तसं म्हणताना पालक पण स्मार्ट आहेत का, हे बघायला नको का? नव्या पिढीच्या मुलांना जुन्या पिढीचे पालक कसे चालतील? आधुनिक काळात खरोखर वेगळ्या पालकांची गरज आहे. असे पालक जे,

- मुलालाच नाही; तर मुलीलासुद्धा जन्म घेऊ देतील. मुलीला समानतेने वाढवतील.
- मूल आईच्या पोटात असलं तरी ते 'दोघांचं' आहे, याचं भान ठेवतील. त्याप्रमाणे वागतील. त्यासंदर्भातली सर्व कामं वाटून घेतील.
- आई जन्म देते म्हणून त्या बाळाचं सर्व काही आईनं करायचं, आणि वेळ आली की बाबांनी आपली पुरुषप्रधान संस्कृतीचे हत्यार बाहेर काढून त्याच्यावर / तिच्यावर हक्क सांगायचा, हे टाळतील.
- मुलांच्या पाठीमागे लागणारे पालक नकोत, तर मुलांच्या पाठीशी उभे राहणारे पालक आता हवेत.
- आपल्या मुलाला / मुलीला 'बालपणा'ची पुरेपूर मजा घेऊ देणारे पालक हवेत. त्यांना पुढे दामटवणारे नकोत.

यापुढे जन्म घेणाऱ्या मुलांनी जर आपल्याला जन्माला घालणाऱ्या पालकांचा इंटरव्ह्यू घ्यायचा ठरवला तर काय प्रश्न असतील त्यात, याची तयारी आपणच केलेली बरी!

बाळ घरात येणार आहे असं कळलं की अनेक प्रकारची तयारी करावी लागते. त्यातही मनाची तयारी सर्वात महत्त्वाची असते. आपल्या धावत्या आयुष्यात एक थांबा घ्यावा लागणार आहे. नेहमीच्या स्वच्छंदीपणाला जरा आवर घालावा लागणार आहे याची तयारी. नाही तर एरवी, पावसाची चाहूल लागली की गाड्या काढून भटकायला जायचं. ऑफीसमध्ये महत्त्वाची मीटिंग असली की कितीही वेळ गेला तरी चालेल, रात्रंदिवस खपून पुरेपूर- अभ्यासपूर्ण तयारी करायची. कोणाचा वाढदिवस असेल तर पुरेसा वेळ घेऊन भेटवस्तू शोधायची, स्वतः तयार करायची, विंडो शॉपिंगमध्ये मनसोक्त वेळ घालवून मग खरेदी करायची, छोट्या-मोठ्या अभ्यासक्रमांमध्ये स्वतःला गुंतवून घ्यायचं - हे काही काळासाठी मागे पडणार आहे. बाळ झाल्यावर काही गोष्टी काही काळासाठी तरी बाजूला ठेवाव्या लागणार आहेत, यासाठी मनाची तयारीच हवी. कारण आगामी काही महिन्यांत अशा काही गोष्टी घडू शकतात....

- पाऊस पडला की फिरायला जाणं शक्य होणार नाही, तर... 'शी! काय हे पावसाचे दिवस! दुपटी सुकली नाहीत. आता त्याला इस्त्री

करावी लागेल,' असे शब्द पटकन ओठांवर येतील.

- कोणाकडे जायचं असेल तर विंडो शॉपिंग वगैरे बाजूला पडतं. 'बाळ झोपलं की पटकन रिक्षानं जाऊन जवळच्या दुकानातून घेऊन येते काहीतरी गिफ्ट.' (दाराशी लाडकी टू व्हीलर असू शकते; पण बऱ्याच दिवसांत न वापरल्यामुळे तिच्यात पेट्रोल आहे की नाही, ती चालते आहे की नाही याची खातरी नसते. म्हणून रिक्षाला शरण...)
- बघता बघता असे दिवस बदलतात. दिवसांचं काय इथे तर सगळंच बदलतं. घड्याळ - वेळ - रुटीन - टाईमटेबल - कामं - जागेपणा - पुरेशी झोप - वाचन - संगीत या गोष्टींशी आपला काही संबंध उरलाय का, असे प्रश्न मनात उमटायलासुद्धा घाबरतात.
- नवरा - नातेवाईक - मित्रमैत्रिणी - सवयीने अनेकांचे फोन येऊन जातात.... व्हॉट्स ॲप... एसएमएस बघायला वेळ होत नाही इथे. बाळ आणि मोबाईल + इंटरनेट असं एकत्र करणं अशक्यच. एका वेळी एकच. त्यामुळे सध्या बाळच. कारण ते अधिकार गाजवून, रडून-ओरडून घर डोक्यावर घेतं.

अशा वेळी संवेदनशील नव-बाबाच्या मनात नव-आईविषयी काळजी दाटून येते. मनातल्या मनात म्हणतोही तो - 'कशी ही राहणार मोबाईलवर बोलल्याशिवाय? फेसबुकशी चिकटून असलेली ही. गेल्या पंधरा दिवसांत बघितलाही नाही. मित्रमैत्रिणी भेटायला येतात. पण सगळ्यांशी गप्पा मारत राहिलं तर तिचं कसं होणार? तिला झोप मिळायला पाहिजे. फिडिंग या एका गोष्टीत दिवसाचे किती तास जाताहेत तिचे. आमच्या दोघांच्या आया आहेत, ते बरं आहे. पण एकूणच, काय चाललंय सध्या हे?' अशा गोष्टी मनात येऊ शकतात. असे प्रश्न पडू शकतात. पण... हे सगळं मोजून काही महिन्यांसाठीच. त्यानंतरच्या प्रत्येक दिवशी बाळाला घेऊन सगळ्या गोष्टी, मजा, दंगा, फिरणं उत्साहात - आनंदात, दुप्पट मजेत करायचं आहे.

■

पहिली पावलं... पहिले शब्द

आईच्या पोटात असल्यापासूनच बाळाचा प्रवास चालू होतो. जगण्यासाठी आवश्यक अशा बऱ्याच गोष्टींची तरतूद ते बाळ स्वत:च करून ठेवत असतं. सुरुवातीला २०-२२ तास गुरगुटून झोपणारं बाळ नंतर जास्त वेळ जागं राहायला लागतं. दोन-तीन महिन्यांनंतर बाळलीला दाखवू लागतं. हसायला लागतं, जवळच्या माणसांना ओळखायला लागतं, ओळखीच्या हातात गेल्यावर शांत बसतं. जरा त्रास व्हायला लागलं की वेगवेगळ्या प्रकारे रडायला लागतं. त्याचं रडणं आता ओळखू यायला लागतं. त्याच्यामागचा अर्थ समजायला लागतो. या सगळ्याची मजा यायला लागते. रोजच्या रोज बाळाबद्दलच्या बऱ्याचशा बातम्यांची देवाणघेवाण व्हायला लागते. सतत नव्या मजा. आता भरपूर पाहुणे हवेसे वाटायला लागतात. सुप्तावस्थेतले पहिले दोन महिने संपले की बाळाच्या हालचाली बघण्यात दिवस न् दिवस जातात. आजीआजोबासुद्धा वयाने लहान होतात. हा इवलासा जीव घरादाराला त्याच्याभोवती घुटमळत ठेवतो.

इकडे बाळ आपल्या बुद्धीची चुणूक दाखवत असतं. पहिले तीन महिने मस्त झोपून काढल्यावर एक दिवस कुशीवर

वळण्याचा कार्यक्रम चालू होतो. काही दिवसांनी कुशीवर वळण्याचं रूपांतर पालथं पडण्यात होतं. कुशीवर वळून पालथं पडणं हे सोपं नसतं. त्यासाठी अथक प्रयत्न आणि भरपूर शक्ती लागते. एकदाचं पालथं पडल्यावर लगेच डोकं वर उचलता येत नाही. एक हात अंगाखाली अडकून बसतो. मग तो बाहेर काढण्यासाठी बाळ रडतं. कोणीतरी येऊन हात बाहेर काढून देतं. तो हात बाहेर काढल्यावर क्षणार्धात बाळ परत पालथं पडतं. पुन:पुन्हा तोच खेळ खेळतं. हे पालथं पडणं म्हणजे प्रगतीचा एकेक टप्पा गाठणं आहे.

एकदा पालथं पडायचा सराव झाला की पुढे सरकायचा टप्पा गाठायचा असतो. पुढे सरकण्याच्या उत्साहात मुलं चुकून मागे जातात. या धडपडीतच केव्हातरी रांगायला सुरुवात करतात. वास्तविक एका खोलीतून दुसऱ्या खोलीत स्वत:हून जाता येणं हे मोठं यश असतं. रांगता रांगता एक दिवस बाळ बसायला लागतं. हे झालं की बसून पाणी पिणं, बसून जेवणं सुरू होतं. ताटातले रंगीत पदार्थ दिसू लागतात. स्वत:च्या हातानं जेवायचं असतं म्हणून बहुधा आई - बाबा - आजीच्या हातातलं ताट ओढणं असे नवे प्रकार सुरू होतात.

हाताला आता चांगली पकड आलेली असते. त्यामुळे पलंगाला धरून त्या आधारानं स्वत:चं शरीर वर खेचण्याचे नवे प्रयत्न सुरू होतात. कोणत्याही काठांना धरून आता उभं राहता येतं. उभं राहिल्यावर ते लगेच चालायला लागत नाही. आधी एक पाऊल सुटं टाकून बघतं. आपल्या कुवतीचा अंदाज घेतं. मगच दुसरं पाऊल टाकतं. एक दिवस हात सोडून एखादं पाऊल सुटं टाकून बघतं. अर्थातच धपदिशी खाली पडतं. पडलं तरी उठायचं. पुन्हा प्रयत्न करायचे. यात कधीतरी आधार सुटून जातो. दोन-तीन पावलं सुटी चालायची. पडायचं. उठायचं. पुन्हा धडपड - हे सतत चालूच असतं. एकापुढे एक पावलं टाकत, न पडता चालणं हे बाळाला एखाद दिवशी जमून जातं. मात्र, त्यासाठीचे त्याचे प्रयत्न अफाट असतात.

एका टप्प्यावरून दुसऱ्या टप्प्यावर जाताना बाळांची गंमत बघण्यासारखी असते. एका यशस्वी टप्प्यावर ते कधीच खूश नसतं. रांगता येत आहे.... आता बास; आता कशाला काही हालचाल करा, नवं काहीतरी शिकत बसा, असं ते बाळ कधीच म्हणत नाही. उलट रांगत असतानाच एक हात वर उचलून समोरची वस्तू पकड, मागे वळून बघ, घराचे उंबरठे किंवा मध्ये येणारे इतर अडथळे ओलांडायचा प्रयत्न कर, अशी छोटी आव्हानं स्वीकारून त्या अडचणींवर मात करायचा ते प्रयत्न करत असतं. हे प्रयत्न त्यांचे त्यांना करू द्यावेत. खूपच

रडायला लागलं तरच मार्ग सोपा करून द्यावा. कारण एका प्रयत्नातूनच ते पुढचं कौशल्य शिकणार असतं. असे अडथळे पार करता करता त्याला अचानक एक दिवस बूड टेकून बसण्याचं कौशल्यही आत्मसात होणार आहे. रांगता आलं म्हणून ते स्वत:वर खूश होऊन थांबत नाही. बसायला शिकलं तरच आधाराला धरून उभं राहता येणार आहे. एक आव्हान गाठलं की पुढचं, नवं आव्हान.

मोठेपणी हेच यशाचं सूत्र म्हणून आपल्याला माहीत होतं. अखंड धडपड. धडपडीतून यश आणि पुढची धडपड. ही धडपड पहिल्या श्वासापासून सुरू होते, ती शेवटपर्यंत चालू राहते. नवीन शिकण्याच्या ध्यास. पूर्णत्वाचा ध्यास. एका वर्षापर्यंतचं बाळ आपल्याला हेच शिकवत असतं. त्याच्या या 'वाटचाली'कडे जागरूकतेनं बघणं हे आपलं काम. त्याची सुरक्षितता जपायला हवी.

साधारणपणे दीड-दोन वर्षांत बाळ घरात बोलली जाणारी भाषा पूर्णपणे आत्मसात करतं. भाषा शिकणं ही पूर्णपणे बौद्धिक गोष्ट कोणत्याही खास प्रयत्नांशिवाय बाळाला जमते, हे त्याचं मोठं कौशल्यच आहे. बोलण्याची सुरुवात होते ती तिसऱ्या-चौथ्या महिन्यांत बाळ जे हुंकार देतं तिथपासून. मोठी माणसं त्याच्याशी गप्पा मारतात, त्याचा प्रतिसाद म्हणजे हे हुंकार असतात. आपल्याला वाटतं, या हुंकारांना काहीच अर्थ नाही. पण या हुंकारांना अर्थ असतो. आपल्यासाठी नाही; पण त्याच्यासाठी असतोच. आसपासची माणसं तोंडानं आवाज काढतात. तसंच आपणही करावं, आपल्याला जे हवं ते दुसऱ्यांना ऐकवावं, या हेतूने त्यांचे हुंकार चालू असतात. कधीकधी तर बाळं खेळण्यांशी, पक्ष्यांशी, स्वत:च्या सावलीशी अणि स्वत:च्याच हातापायांशीसुद्धा बोलत असतात. 'मला उचला' असं सांगायचं असेल तर विशिष्ट आवाज काढतात. समोरच्यानं उचललं नाही तर 'हूं...' असा जास्त जोरात, सरळ आदेश सोडतात. भूक लागली तरी आवाज देतात.

हे हुंकार त्यांचे शब्दच असतात. या सुमाराला - खरं तर जन्मल्यापासूनच मुलांच्या जे कानावर पडतं, ते कानातून मेंदूतल्या आकलनाच्या केंद्रात (Wernicke's area) जातं, त्याचप्रमाणे स्मरणकेंद्रातही जातं. सगळे शब्द अशा प्रकारे साठवून ठेवले जातात. त्याचा अर्थ कळत नसतोच, तरी ही प्रक्रिया सततच चालू असते. त्यामुळेच तर मूल नुसतं ऐकून ऐकून, आपण न शिकवताही बोलू शकतं. हुंकार म्हणजे तोंडातून निघणारे वेगवेगळे नुसतेच स्वर. त्यानंतर एखादं अस्पष्ट- स्पष्ट अक्षर उच्चारतं. बाळाला सगळे आवाज खुणावतात. घराच्या खिडकीवर बसलेला पक्षी, खालून जोरात आवाज काढत जाणारे विक्रेते, दरवाज्याचा कर्रर्र आवाज,

स्वयंपाकघरातला किसण्या-कुटण्याचा आवाज, कुकरच्या शिट्टीचा आवाज हे सगळे आवाज काढण्याचा प्रयत्न मूल करत असतं. याचा अर्थ जे-जे ऐकू येतं, ते-ते सर्व आवाज काढण्याचा प्रयत्न मूल करतं. हे आवाज काढता काढता स्पष्ट अक्षर उच्चारू बघतं. एखादा पूर्ण शब्द बोलून बघतं. कधी बाबा, कधी पापा, मंमं असे हे शब्द असतात. बहुतेक मुलं सोपेसोपे ओष्ठ्य शब्दच सुरुवातीच्या काळात उच्चारतात. या पहिल्यावहिल्या शब्दांचं सगळ्यांकडून कौतुक होतं. मूल खूश होतं. इतर अनेक शब्द उच्चारायला बाळाला हुरूप येतो. या एका शब्दातून केव्हातरी वाक्यं सुरू होतात. यातूनच हळूहळू बोली आकाराला येते.

जन्माला आल्यापासून मूल कानावर पडेल ती भाषा आत्मसात करतं. कानावाटे त्याच्या मेंदूत शब्द जात असतात. ते शब्द साठवणं, त्या शब्दाचं आकलन होणं, एकेक शब्द बोलता येणं, साठा झालेले शब्द योग्य ठिकाणी वापरता येऊ लागणं यातून मूल भाषा शिकतं. कन्स्ट्रक्टिव्हिझम किंवा रचनावाद या नावाचं शास्त्र म्हणतं, की मूल स्वतःच्या ज्ञानाची रचना स्वतःच करत असतं. जे आधी माहीत आहे, त्यावर नवी महिती रचली जाते. त्याच्या मेंदूत कित्येक प्रक्रियांची किमान मांडणी आधीपासूनच केलेली असते. बोलायला सुरुवात करण्याचा प्रत्येकाचा काळ वेगळा असतो. काही मुलं वर्ष-सव्वा वर्षापासून बोलायला सुरुवात करतात; तर काही मुलं दोन-सव्वा दोन वर्षापर्यंत बोलत नाहीत. जेव्हा बोलायला सुरुवात करतात, त्यानंतर मात्र अखंड बोलत राहतात. अगदी जन्मापासून त्याच्या कानावर पडलेले शब्द, घरातल्या माणसांची नावं, वस्तूंची नावं, अगदी गाणीही म्हणतात. हे कसं घडतं?

या प्रश्नाचं उत्तर आता मेंदूविज्ञान देऊ शकतं. न्यूरोसायंटिस्ट असं सांगतात, की मेंदूत ब्रोका आणि वर्निक ही दोन क्षेत्रं आहेत. मूल जन्माला येतं तेव्हापासूनच वर्निक क्षेत्राचं काम चालू होतं. आयुष्यभर ते सुरूच राहतं. कानावाटे जे शब्द मेंदूपर्यंत पोहोचले आहेत, ते शब्द समजून घ्यायचं काम या वर्निक क्षेत्राकडे सोपवलेलं असतं. वर्निकचं कार्य अतिशय महत्त्वाचं आहे. हे आकलनाचं केंद्र आहे. त्यामुळे या वयातल्या मुलांनी आपल्या बोलण्याला प्रतिसाद दिला नाही तरी ऐकलेल्या शब्दांचा अर्थ लक्षात घेण्याचं काम सुरू असतं. मूल भाषिक कौशल्य अनुकरणातून शिकतं. आसपासचे लोक जी आणि जशी भाषा बोलतात, ती त्याच्या मेंदूतल्या वर्निक क्षेत्रात जाते. मूल आपली नक्कल करत बोलतं. अगदी बोलीभाषेत पारंगत होतं, कारण त्याच्या मेंदूची तशी सूचनाच असते. वयाची पहिली दोन वर्षं तर त्यांचा मेंदू स्पंजप्रमाणे काम करत असतो. लहान

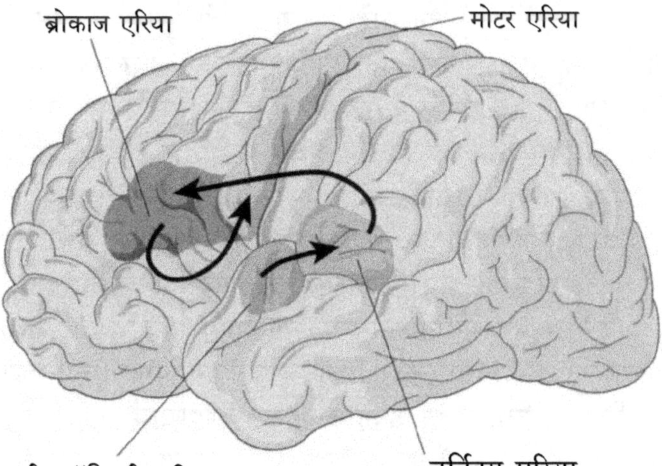

मुलांच्या कानावर जी भाषा, जे शब्द येतात, ते डोळ्यांनी जे बघतात, ते सर्व शोषून घेण्याचं काम चालू असतं. त्यांचा शिकण्याचा वेग प्रचंड असतो.

तोंडानं वेगवेगळे आवाज काढणं ही बोलण्याची एक प्रकारे सुरुवातच असते. त्यांचा स्वत:चा स्वतंत्र शब्दकोष असतो. कारण त्यांचे उच्चार वेगळेच असतात. या शब्दकोषातल्या शब्दांचे अर्थ सापडता सापडत नाहीत. खरं तर ते स्वत:च स्वत:शी काहीतरी अखंड बोलत असतात, खेळण्यांशी बोलतात, वस्तूंशी बोलतात, समोर कोणीतरी आहे असं मानूनसुद्धा बोलतात, बघणाऱ्यांना बऱ्याचदा हा काय प्रकार चालला आहे, ते कळत नाही. अखंड बोलणारं, बडबडणारं मूल बघून मजा वाटते. मुलं कोणाशी तरी बोलतात म्हणजे संवाद साधतात, असंही नाही. कोणी ऐकावं ही अपेक्षाही नसते. उत्तर येण्याची वाट बघायची नसते. हातातली खेळणी, खोलीत नसलेली पण शेजारच्या घरात राहणारी मैत्रीण असं कोणाशीही बोलतात. मात्र, हे शब्द मुलांच्या जवळच्यांना काही केल्या कळत नाहीत. मूल काय मागतं आहे, काय म्हणतं आहे, हे इतरांना समजत नाही. जरा वेळानं मुलांना याचाही वैताग येतो. आपल्या दृष्टीनं काहीशा अगम्य असलेल्या या बोलीतूनच योग्य शब्द आकाराला येत असतात. मूल खेळताना दिसत असलं तरी त्याचे कान मात्र एकीकडे मोठ्या माणसांच्या बोलण्याकडे असतात. त्यातून नवे शब्द ऐकणं, साठवणं चालूच असतं. हे साठवलेले शब्द ते वापरून बघत असतं. मोठ्यांना ते कळतच नाहीत, यात त्याचा काय दोष? प्रयत्न करूनही

तो शब्द त्याच पद्धतीनं तोंडातून बाहेर पडतो. काही मुलं मात्र दुसऱ्यांना शब्द समजत नाहीत म्हणून 'हायपर' होतात. किंचाळतात. अशा वेळी शांतपणे तो शब्द ऐकणं, त्याचा अर्थ लावणं हे एक काम होऊन बसतं. पण ते करायलाच पाहिजे. कारण अगम्य शब्दोच्चारानंतरच अचूक शब्दोच्चार होणार आहेत.

मात्र, मुलं अर्थासह बऱ्यापैकी स्पष्ट बोलायला लागतात ते ब्रोका नावाच्या क्षेत्रामुळे. हे आहे बोलण्याचं क्षेत्र. या क्षेत्राला जन्मापासून जसं उद्दीपन मिळतं, तसं हे केंद्र कृतिशील होतं. ब्रोका केंद्र कृतिशील झालं की मूल बोलायला लागतं.

ज्या भाषेचे अनुभव मुलांना मिळतात ती भाषा मूल शिकतं. अशा प्रकारे मूल एक संपूर्ण भाषा आत्मसात करतं. त्यातले व्यवहारोपयोगी शब्द, बोलण्यातले चढ-उतार शिकतं. लिंग-वचन-सर्वनाम-काळ-विशेषणांसह संपूर्ण व्याकरणही शिकतं. मूल हे सर्व शिकतं ते केवळ अनुकरणातून. केवळ भाषा ऐकून. त्याला कोणीही भाषाशिक्षण द्यायला बसलेलं नसतं. कोणीही त्याचे तास घेत नाही. त्याची कुठल्याही प्रकारे परीक्षा व मूल्यमापनही घेत नाही. तरीही (किंवा म्हणूनच) मूल छान भाषा शिकतं. आत्मविश्वासानं बोलायला लागतं.

वर उल्लेख केलेल्या सर्व कृती कोणत्या टप्प्यावर, कोणत्या क्रमानं करायच्या, याची यंत्रणा मेंदूत तयार असते. लहानपणापासून ज्या भाषेचे किंवा ज्या भाषांचे अनुभव मिळतील, त्या भाषा स्वतःच्या स्वतः शिकण्याची क्षमता त्याच्याकडे असते. आपण काय करायचं, तर या नैसर्गिक व्यवस्थेला हातभार लावायचा.

मुलांच्या कानावर ज्या भाषा पडतील, त्या भाषा मुलाला ऐकून ऐकून समजायला लागतात. आणि आपसूक त्या भाषा बोलायलाही यायला लागतात. शिवाय दोन भाषांमधला फरकही हळूहळू समजतो. नोम चॉम्स्की या विचारवंत भाषाशास्त्रज्ञानं हे तत्त्व सांगून ठेवलेलं आहे. भाषेचे हे कप्पे हीदेखील मेंदूला मिळालेली देणगीच आहे. ज्या मुलांना दोन किंवा तीन भाषांचे अनुभव सहजतेनं उपलब्ध होतात, त्यांना त्या भाषा बोलता येतात असे अनुभव अनेकांचे असतील. घरात द्वैभाषिक पालक असतील आणि दोन्ही भाषा सारख्याच प्रमाणात बोलल्या जात असतील, तर मूल दोन्ही भाषा बोलू लागतं.

घरात एक भाषा आणि शेजारच्या घरात दुसरी भाषा बोलली जात असेल, ती सतत कानावर येत असेल तर मुलं त्या दोन्ही भाषा बोलतात. मात्र ज्यांच्या कानावर सहसा एकच भाषा पडते, त्यांना मात्र ती एकच भाषा येते. म्हणूनच मुलामुलींच्या आसपास वेगवेगळ्या भाषा बोलणाऱ्या व्यक्ती असल्या तर ते त्यांच्या भाषाविकासासाठी खूपच चांगलं. अर्थात इथे हे लक्षात घ्यायला हवं की

या सर्व भाषा अतिशय सहजपणे त्याच्या कानावर पडायला हव्यात. शिकवायच्या आहेत, म्हणून नव्हे. जर सक्ती करण्याचा प्रयत्न केला तर शिकण्याच्या या नैसर्गिक प्रक्रियेला कदाचित खीळ बसेल.

भाषाशिक्षणाचा नैसर्गिक क्रम श्रवण - संभाषण - वाचन - लेखन असा आहे. यातली मुलांची श्रवणाची प्रक्रिया जन्मापासून चालूच असते. श्रवणाचे अनुभव भरपूर मिळाले की ती भाषा बोलता येते. आपण इंग्लिश शिकवायला ए-बी-सी-डी लेखनापासून सुरुवात केली की गाडी फसतेच. कारण हा उलटा प्रवास आहे, आणि तितकाच कृत्रिमही. आजच्या इंग्लिश माध्यमाच्या शाळांमध्येही आधी घोकंपट्टी आणि लेखनाला सुरुवात करतात. त्याऐवजी श्रवणाला महत्त्व द्यायला हवं. आधी आपण चुकीच्या क्रमाने शिकवायचं. ते मुलांना जमलं नाही तर त्यांनाच दोष द्यायचा असं चालू आहे.

ज्या बाळांना जन्मत: ऐकू येत नाही, जी बाळं कर्णबधिर असतात, अशा बाळांशी जेव्हा घरातली माणसं बोलत असतात, तेव्हा ते बाळ बोलणाऱ्याच्या ओठांच्या हालचालींकडे बघत असतं, नजरेतून व्यक्त होणाऱ्या भावनांकडे, हातवाऱ्यांकडे त्याचं बारीक लक्ष असतं; एकूणच देहबोलीचं निरीक्षण चालू असतं. ऐकू आलं नाही तरी ते अर्थ लावत असतं. या अनुभवांतून ते काही काळातच छान संवाद साधण्याची क्षमता मिळवतं. एका ज्ञानेंद्रियाचा अभाव असेल तर इतर ज्ञानेंद्रियं लगेच मदतीला येतात. ज्ञानग्रहण चालू राहतं. त्यात खंड पडत नाही. मूल अर्थ समजून घेण्याचा पूर्ण प्रयत्न करतं. कर्णबधीर बाळ दृश्यांमधून -चित्रं - देहबोलीतून शिकत जातं. त्याच्या आसपास जेवढे जास्त बोलणारे लोक असतील, तेवढी भाषासमृद्धी जास्त.

शून्य ते दोन या वर्षांत न्यूरॉन्सची जोडणी वेगात असल्यामुळे या काळाला 'मेंदूबांधणीचा काळ' म्हणतात. या वयात त्यांना जेवढे जास्त विविधांगी अनुभव देता येतील, तेवढे द्यावेत.

■

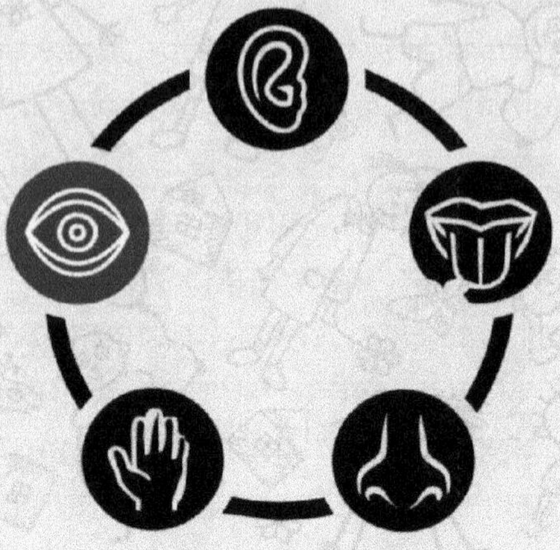

पाच मित्रांची मदत!

आयुष्यभरात जेवढ्या कौशल्यांची गरज असते, त्यापैकी महत्त्वाची कौशल्यं पहिल्या दोन वर्षांत मूल आत्मसात करून घेतं. मुलं आसपासच्या परिसरातून सर्वच गोष्टी शिकत असतात. तुम्ही ज्या गोष्टी त्याच्यासाठी मुद्दाम करता, त्या अनेक गोष्टी मुलं आत्मसात करतातच; पण त्याचबरोबर तुमच्या-आमच्या आणि खरं म्हणजे त्यांच्याही नकळत कितीतरी गोष्टी मुलांच्या मेंदूत साठवल्या जातात. हे सर्व करण्यामागे ज्ञानेंद्रियांचा मोठाच हात असतो. आईबाबांनी आणि त्याच्या आसपास असणाऱ्यांनी साधी-सोपी एकच गोष्ट लक्षात घ्यावी; ती म्हणजे त्वचा, डोळे, नाक, कान, जीभ ही आपली पाच ज्ञानेंद्रियं आहेत. या ज्ञानेंद्रियांमार्फत मेंदूकडे संदेश पोहोचतात. ही पाच ज्ञानेंद्रियं म्हणजे आपले जवळचे मित्रच आहेत. हेच आपल्याला सर्व माहिती पुरवत असतात. म्हणून या पाच मित्रांना निरनिराळे अनुभव कसे मिळतील, हे पाहायचं आहे. हे मित्र आपल्या मेंदूशी अशा प्रकारे जोडलेले असतात, की आसपासच्या वातावरणातून जो काही अनुभव येतो, तो यांच्यामार्फत मेंदूला पोहोचतो.

त्वचा हा एक महत्त्वाचा मित्र. या त्वचेमार्फत आपल्याला कितीतरी गोष्टींची जाणीव होत असते. जसं, आत्ता थंडी आहे

की उकडतं आहे खूप? वारा वाहतो आहे की नाही? पायावर डास बसला आहे, त्याला उठवायला पाहिजे इत्यादी अशा बऱ्याच गोष्टींचं ज्ञान त्वचा देत असते. एक दिवसाच्या बाळालाही थंडी वाजली तर ते रडतं. म्हणजे बाहेरचा वेगळा अनुभव त्वचेमार्फत मेंदूला कळतो. त्याची प्रतिक्षिप्त क्रिया म्हणून बाळ रडतं.

अंघोळीच्या पाण्याचा स्पर्श बाळांना कळतो. काहींना हा स्पर्श आवडतो, ते मजेत अंघोळ करतात. काहींना आवडत नाही. आसपासच्या जगाची जाणीव व्हायला लागली की मूल ज्या त्या गोष्टींना हात लावायला जातं. रांगणारं मूलही एखाद्या वस्तूच्या दिशेनं जोरदार रांगत जातं. कधी एकदा ती वस्तू हातात घेईन, असं त्याला झालेलं असतं. एकदा का ती वस्तू हातात घेतली की मगच त्याला बरं वाटतं. जेव्हा रांगता रांगता एखादी वस्तू दिसते, तेव्हा आधी मूल त्याला हात लावून बघतं. फरशीवरचा बारीकसा खड्डा, एखादी फट, मुंगी यातलं काहीही त्यांच्या नजरेतून सुटत नाही. त्यांना लागलीच हात लावून बघायची खुमखुमी येते. वस्तू हलते आहे का? ती आपल्या हातात येईल का? तिचा स्पर्श कसा आहे? अशा प्रश्नांची उत्तरं हवीच असतात. हात लावून बघितला की उत्तरं पटापट मिळतात.

गरगर फिरणाऱ्या पंख्यांकडे, रंगीत चिमणाळ्याकडे बाळ बराच वेळ बघतं. तेव्हा त्याच्या चिमुकल्या **डोळ्यां**मार्फत हे समजून घेण्याचा प्रयत्न चाललेला असतो की, ही जी काही रंगीत वस्तू समोर दिसते आहे, त्याची माहिती मेंदूकडे पाठवा. ही सर्व माहिती मेंदू साठवून ठेवतो.

कानामार्फत मुलांना बरीच नवी माहिती कळत असते. नेहमी घरात असणाऱ्यांचे आवाज ऐकून ऐकून परिचित झालेले असतात. एखाद्या दिवशी नवा पाहुणा आला तर त्याचा आवाज मूल कान देऊन ऐकत आहे, असं आपल्या लक्षात येईल. एखादं नवीन वाजणारं खेळणं, पक्ष्याचा आवाज याकडे मूल मुद्दाम लक्ष देतं. त्यामुळेच त्याला काय ऐकवावं, ही जबाबदारी आपल्यावर येऊन पडते. आपण त्याच्या- तिच्यासमोर जे बोलू, ते मूल ऐकतं आहे आणि तेच बोलणार आहे, हे लक्षात घेऊनच त्यांच्याशी बोलायला लागतं. या काळात मूल ऐकून ऐकून टीव्हीवरच्या जाहिरातीही म्हणायला लागतं. घरातल्या माणसांकडून वारंवार उच्चारले जाणारे शब्द मूल उचलतं. चांगल्या शब्दांबरोबर वाईट शब्द, अगदी शिव्या, भांडणात उच्चारले जाणारे नको ते शब्दही मुलं ऐकतात. लक्षात ठेवतात आणि नको त्या वेळी उच्चारूनही दाखवतात. त्यामुळे वाईट शब्द, अपशब्द, नको त्या जाहिराती मुलांच्या कानावर पडल्या नाहीत तरच चांगलं!

या वयात मुलं जे ऐकू येईल ते बोलतात, त्याचा अर्थ त्यांना कळलेला असेल असं काही सांगता येत नाही.

नाक हाही महत्त्वाचा अवयव. यामुळे विविध वास मेंदूपर्यंत जाऊन पोहोचतात. मुलांजवळ चमचा नेला तर ते 'आ' करून तो पदार्थ घेतात. पण त्या पदार्थाचा वास वेगळा आला तर मुलं तो चमचा आपल्या हाताने बाजूला करतात, हे आपण पाहिलं असेल. विशेषत: एखादं विशिष्ट औषध घेताना वास आवडला तर ती आवडीने औषध पितात; पण वासाचा तिटकारा आला तर मात्र एकूण औषध प्रकारापासूनच लांब पळतात.

आपल्याला विशिष्ट चवींचं ज्ञान होतं ते **जिभे**मार्फत. लहान बाळालाही औषधाची वेगळी चव समजते. औषध वेगळ्या चवीचं असेल तर ते तोंडं वेडीवाकडी करून नापसंती दाखवतं. एखाद्या पदार्थाची चव आवडली तर चुटचुट आवाज करून पसंतीही दाखवतं. बाळ जन्माला आलं की त्याच्या जिभेला कधी पाण्याचा स्पर्श मिळतो, कधी दुधाचा. काहींना तर मधाचा स्पर्श मिळतो. इथूनच सुरू होतं त्याचं रसनेंद्रिय. आपल्या मेंदूला महत्त्वाच्या सूचना पुरवणारा एक महत्त्वाचा अवयव म्हणजे जीभ. जन्माला आल्यापासूनच जिभेचं काम सुरू होतं ते अखंड चालू राहतं. पदार्थ थंड आहे, की गरम, ही माहिती तो मेंदूकडे पोहोचवतो. हा पदार्थ गोड आहे, की तिखट, हेदेखील तो मेंदूला सांगतो. चवीच्या संवेदना जागृत करण्याचं काम हे इंद्रिय करतं.

एखादी वस्तू हाताळून झाली की लगेच तोंडात घालायची असते. याचं कारण याची चव कशी आहे, हे बघायचं असतं. खूपशी मुलं कुठलीही वस्तू असली आणि कुठूनही उचललेली असली तरी आधी ती तोंडात टाकतात. असं का होतं? एखादा खूप मोठा चेंडू- जो तोंडातही जाणार नाही तो- चाखून-चाटून बघण्याची त्यांची धडपड आपण अनेकदा बघितली असेल. वस्तू तोंडात घालण्यामुळे त्या वस्तूविषयी थोडी जास्त माहिती मिळते. त्यांचा उद्देश इतकाच असतो. मानवाच्या बाळाला प्रत्येक दिसणाऱ्या गोष्टीबद्दल प्रचंड कुतूहल असतं. ही नवी दिसलेली वस्तू कोणती, तिचा आकार कसा आहे, स्पर्श कसा आहे, तिचा आवाज कसा आहे, ती वस्तू हलते आहे का, याचा त्याला त्याच्या परीने शोध लावायचा असतो. हाताने स्पर्श करून अनेकदा जिज्ञासा पूर्ण होत नाही म्हणून जिभेनेही स्पर्श करावासा वाटतो.

या कुतूहलापुढे आईचा स्वच्छतेचा अतिरेकही नामोहरम होताना दिसतो. आई सर्व खेळणी धुऊन, गरम पाण्यातून काढून ठेवते. पण बाळ या स्वच्छतेला

बिलकूल जुमानत नाही. ते पुन्हा तेच खेळणं जमिनीवर लोळवतं. पुन्हा तोंडात टाकतं. इकडेतिकडे हालचाल करू लागलेलं बाळ कधी मोठ्यांच्या नकळत कुठं जाईल आणि नको ती वस्तू तोंडात घालेल, हे सांगता येत नाही. त्यातल्या त्यात 'चप्पल' नावाची वस्तू खेळायला कधीच मिळत नसल्यामुळे तिचं तर विशेष आकर्षण असतं. 'माझ्यापासून नेहमी लपवून ठेवता ते आहे तरी काय,' असा प्रश्न त्याच्या मनात येतच असणार. चुकून काही क्षणांसाठी खाली ठेवलेली चप्पल बाळ चपळाईनं जाऊन पकडतं. ही जड आहे, का खडबडीत, का मऊ आहे, हे एकदा कळलं की त्याचं समाधान होणार असतं. पण ती हातात येते न येते तोच कोणीतरी पटकन येऊन चप्पल उचलतं. त्याच्याकडून ती लाखमोलाची 'माहिती' हिरावली जाते. बहुतेक बाळांना त्यांची ही ज्ञानलालसा पूर्ण करता येत नाही. बाळ हिरमुसलं होतं, रडतं. चप्पल हाताळता आली नाही तरी पुढच्या संधीची वाट बघत असतं.

इथे आठवण येते धुळीतच वाढणाऱ्या बाळांची. ज्या मुलांची आई बांधकामावर काम करत असते, तिचं छोटंसं मूल तिच्या आसपास असतं. दगडमातीच्या ढिगाऱ्यावर बसलेलं असतं. तेही हातात आलेला प्रत्येक दगड, वाळूचा कण, काड्या, हातात येईल ती प्रत्येक वस्तू निरखत असतं. कुतूहल पूर्ण झालं की ती वस्तू ते बाजूला टाकून देतं आणि जातं नव्या वस्तूच्या शोधात.

हे सगळं व्हायचं कारण एकच - सतत नव्या माहितीच्या शोधात असणारे मित्र. या पाच मित्रांचा खूपच जवळचा संबंध मुलांच्या विकासाशी आहे. पहिल्या काही वर्षांमध्ये यांच्या विकासासाठी विशेष प्रयत्न केले तर खरोखरच बौद्धिक विकास, नवनवी आव्हानं पेलण्यास तयार असणं आणि भावनिकदृष्ट्या स्थिर असणं या सर्वच आघाड्यांवर मूल सक्षम होईल.

■

पाच मित्र राजाच्या दरबारात...

आपल्या पाच मित्रांकडून घेतलेल्या माहितीचं मेंदू नावाचा राजा नेमकं काय करतो? त्याच्या दरबारात सतत नवी माहिती येऊन धडकत असते.

- बाळानं आज वरणभात खाल्ला. लगेच दरबारात नोंद.
- बाळानं हिरवा रंग बघितला, तिथे नोंद.
- वेगळी चव घेतली, त्या ग्रंथीमध्ये नोंद.
- बाळानं बसून खाल्लं, लगेच नोंद.
- वरण-तुपाचा वास घेतला, नोंद.

या नोंदी मेंदूच्या वेगवेगळ्या क्षेत्रांमध्ये होतात. त्यामुळे एखादी गोष्ट घडली की मेंदूतल्या विविध भागांमध्ये नोंदींचं काम लगेच सुरू होतं. मेंदू अतिशय अफाट वेगानं डॉक्युमेंटेशनचं काम करतो.

या नोंदींचं एक छानसं शास्त्र आहे. या नोंदी कशा होतात, या प्रश्नाची बरीचशी उकल मेंदूविज्ञानाने केली आहे. पाच मित्र माहिती आणून देत असतात, तेव्हा त्या-त्या क्षेत्रातले विविध भाग उद्दीपित होत असतात. न्यूरॉन ही पेशी या कामात अहोरात्र लागलेली असते. अब्जावधी न्यूरॉन्स माहिती घेण्यासाठी तत्पर असतात, ग्लिया पेशी त्यांना मदत करत

असतात. मेंदूकडे जेव्हा एखादी नवी माहिती येते, तेव्हा या न्यूरॉन्समध्ये विद्युत-रासायनिक प्रक्रिया घडते. ज्याला माहिती मिळालेली आहे, असा न्यूरॉन ती माहिती घेऊन दुसऱ्या पेशीकडे जातो. दुसरी ग्राहक पेशी ती माहिती घेते. त्या वेळेला त्यांच्यात बंध निर्माण होतो. हा बंध म्हणजेच सिनॅप्स. सिनॅप्स तयार झाला म्हणजेच शिकण्याची प्रक्रिया घडली. कॅनेडियन मानसशास्त्रज्ञ डॉनाल्ड हेब यांनी हा शोध लावला, म्हणून याला 'हेबियन सिनॅप्स' असं म्हणतात. एका न्यूरॉनकडून दुसऱ्या न्यूरॉनकडे विद्युत-रासायनिक संदेशांची देवाणघेवाण सतत चालू असते. घरात एखादं कार्य चालू असेल, तर ज्याप्रमाणे कामांची गडबड-घाई चाललेली असते, तशीच कामं इथे चालू असतात. प्रत्येक न्यूरॉन, प्रत्येक क्षेत्र आपली ठरवलेली कामं करत असतो, तसेच इतर अवयवांच्या सहकार्यानेही कामं चालू असतात. या छोट्याछोट्या पेशी कामाला लागलेल्या असतात. बाळाच्या मेंदूत पेशींचे सिनॅप्स तयार होत असतात. या सिनॅप्समुळेच बाळ सतत नव्या गोष्टी शिकतं, असं आपण म्हणू शकतो.

बाळ जसजसं मोठं होतं, तसतसा ज्ञानेंद्रियांनी दिलेल्या अनुभवांचा साठा वाढत जातो, हे आपल्या सहज लक्षात येतं. ओळखीचे चेहरे दिसले की त्यांना आनंद होतो. अनोळखी चेहरे दिसले तर ते कुतूहलानं त्या व्यक्तीच्या चेहऱ्याकडे बघायला लागतं. बाळानं घेतलेल्या विविधरंगी अनुभवांचं रूपांतर मेंदू संदेशात करतो. एकाच प्रकारचे संदेश वारंवार यायला लागले की ती गोष्ट मनात पक्की होत जाते. उदाहरणार्थ, आईचा चेहरा, बाबांचा स्पर्श. रोज रोज हाच संदेश मिळाला की या सिनॅप्सवर मायलीन शीथ नावाचं आवरण हळूहळू चढतं.

मेंदूमध्ये नक्की काय होतं, आपली शिकण्याची प्रक्रिया कशी होते, ही माहिती आपल्यापर्यंत पोहोचवण्याचं काम अनेकांनी केलं आहे. न्यूरॉलॉजिस्ट, डॉक्टर्स हे मेंदूवर गेली अनेक वर्षं प्रयोग करत होते. मात्र गेल्या काही शतकात या प्रयोगांना नव्या तंत्रज्ञानाचा आधार मिळाला. तंत्रज्ञानात एक्स-रेपासून एफ.एम.आर.आय.पर्यंत अनेक शोध लागले. शरीराच्या आत नेमकं काय चाललं आहे, याचे जसेच्या तसे फोटो घेण्याची जादुई क्षमता यंत्र-तंत्रामध्ये आली, त्यामुळेच अनेक गोष्टींवर प्रकाश पडला.

या शोधांचा, त्यातून निघालेल्या निष्कर्षांचा उपयोग शिक्षणतज्ज्ञांनी, मानसशास्त्रज्ञांनी आपल्या क्षेत्राच्या अभ्यासासाठी करून घेतला. यातून शिक्षणाचं अवघं ज्ञान उलगडलं. कित्येक वर्षांचा अभ्यास, शास्त्रीय वातावरणात केलेले अनेक प्रयोग, शास्त्रज्ञांचा या नव्या ज्ञानाकडे बघण्याचा दृष्टिकोन, प्रयोगशाळेत

केलेलं संशोधन अमलात आणून बघण्याची तत्परता यांमुळे या संशोधनाचे निष्कर्ष आपल्यापर्यंत पोहोचले आहेत.

मेंदूविज्ञानानं केलेलं हे संशोधन पालकांनीही लक्षात घ्यावं असं आहे. मुलांचा मेंदू दर वेळी काही सूचना करत असतो. मूल त्याप्रमाणे ऐकत असतं. स्वत:ला घडवत असतं. आपणहून शिकत असतं. आपल्या घरातलं दोन दिवसांचं बाळ अनेक गोष्टी शिकत असतं. मूल फक्त शाळेत जाऊन शिकतं असं नाही. शाळा ही औपचारिक शिक्षण देते. एरवी अनौपचारिकरीत्या मूल कितीतरी गोष्टी सहजपणे शिकत असतं. जन्मल्यापासून अनेक गोष्टी ते स्वत:हून करतं. रांगणं, बसणं, उठणं या कृती त्याला कोणी शिकवाव्या लागत नाहीत. मेंदू ज्याप्रमाणे सूचना देईल, त्यानुसार मूल वागतं हे आपण मागच्या प्रकरणात पाहिलं. आपल्या आसपास खेळणारं वर्षाचं मूल. आपणच त्याला सर्व काही शिकवलं आहे, असा आपला समज. मात्र, मुलांना जे अनुभव मिळतात, त्यांचा संबंध थेट न्यूरॉन्सशी असतो. त्याच्या मेंदूत अतिशय वेगात न्यूरॉन्सची जोडणी होते आहे हे लक्षात ठेवायला हवं, प्रौढ व्यक्तींपेक्षा कितीतरी पटींनी जास्त वेगात, कार्यक्षमपणे त्याचा मेंदू कार्यरत आहे.

मूल जन्माला येतं तेव्हापासून न्यूरॉन्स अस्तित्वात असतातच. म्हणून तर आपलं शिकण्याचं काम जन्मापासून- त्याच्या आधीपासून सुरू होतं ते अखंड चालूच राहतं. नव्या गोष्टी शिकत- करत राहणं हा तर मनुष्यधर्म आहे. एखादी गोष्ट जमत नाही म्हणून ती सोडून न देता आपण प्रयत्नांची शिकस्त करतो. पुन:पुन्हा सराव करतो. तेव्हा कुठं ती जमते. या टप्प्यावर झालेला आनंद अवर्णनीय असतो. काही काळ या गोष्टीचा आनंद राहतोही. पण मेंदू स्वस्थ बसत नाही. त्याला पुढचं एखादं अवघड आव्हान हवंच असतं. याचं कारण काय? तर मेंदूत सतत काम चालू असतं. या पेशींना नवेनवे अनुभव मिळाले तरच काम मिळतं, चालना मिळते. लहान वयात या वाढीचा वेग प्रचंड असतो. म्हणून मूल कधीच स्वस्थ बसू शकत नाही. त्यांचा मेंदू सातत्याने नव्यानव्या अनुभवांची मागणी करत असतो. नवी माणसं, नवे खेळ, नव्या चवी, नव्या जागा, नवे शब्द त्यांना हवेच असतात.

पूर्वी बाळांच्या पाळण्यावर एक छानसं, रंगीबेरंगी चिमणाळं लावून ठेवण्याची पद्धत होती. या चिमणाळ्याशी बाळ खेळायचं. त्याच्याशी हुंकार भरून बोलायचं. पाळण्यातून उतरून जमिनीवर रांगण्या-खेळण्यापर्यंत हे पहिलंवहिलं खेळणं त्यांना आवडायचं. कारण तोपर्यंत आपल्या आसपास इतर रंगीत वस्तू

आहेत, आसपास बरीच माणसं आणि बरीच 'खेळणी' आहेत, हे त्यांना माहीत नसायचं. पण एकदा हे माहीत झालं आणि नीट लक्षात राहिलं, की मग नवीन काहीतरी हवं असतं.

एखादी वस्तू मुलांच्या ओळखीची कशी होते, त्यातून मुलांना नेमकी कोणती माहिती मिळते, त्याच प्रकारच्या दुसऱ्या वस्तूमुळे आधी मिळालेल्या माहितीत कसकसे बदल होतात, हे टप्पे जाणून घेणं मजेदार असतं. लाल रंगाचा चेंडू मुलांना दाखवला असेल तर या वस्तूचा आकार त्यांच्या लक्षात राहतो. तो एकच चेंडू सतत दाखवला तर तो ओळखीचा होऊन, त्यातलं नावीन्य संपतं. या लाल चेंडूपासून नवी कोणतीही माहिती मिळणार नाही, हे कळतं. साहजिकच या चेंडूचा त्याला कंटाळा येतो. अचानक एक दिवस निळ्या-पिवळ्या अशा वेगळ्या रंगाचा चेंडू दिला किंवा पहिल्या चेंडूपेक्षा खूप मोठा किंवा खूप लहान चेंडू दिला तर चेंडूचा आकार, रंग यासंदर्भात काहीतरी नवीन माहिती मिळते. ही नवीन माहिती मिळण्याच्या आनंदात मूल या चेंडूकडे कुतूहलानं बघतं. काही दिवसांनी तो चेंडूही ओळखीचा होतो. आता नवं काहीतरी हवं असतं. मुलांना वेगळ्या रंगांची खेळणी, वेगळ्या आवाजाची खेळणी, नव्या वस्तू, नव्या जागा हव्या असतात, याचं कारण हेच आहे. मोकळ्यावर गेलं, घराच्या बाहेर पडलं की मुलांना अतिशय आनंद होतो, कारण नवीन अनुभव मिळतात. प्रत्येक वेळेला ते नवीन काहीतरी शिकतात. मेंदूला चालना मिळते. किती माहिती घेऊ आणि किती नको, असं होऊन जातं. म्हणून त्यांना सगळ्या वेगळ्या गोष्टी दाखवल्या पाहिजेत.

अशा पद्धतीनं डोळे, कान, नाक, जीभ, त्वचा - अशा सर्व ज्ञानेंद्रियांकरवी मूल वस्तू हाताळतं. त्याची सर्व ज्ञानेंद्रियं जागृतावस्थेत असतात. मूल हाताची पकड शिकत असतं. या काळात ते दिसेल ते सर्व काही ओढून बघत असतं. समोर कोणती वस्तू आहे, ती ओढावी का, ती धोकादायक आहे का, याचा विचार नसतो. दिसणारी प्रत्येक वस्तू ही महत्त्वाचीच असते. ही प्रत्येक वस्तू त्याला ज्ञान देत असते. एकतर नव्याने ज्ञान देत असते किंवा मग आधी मिळालेल्या ज्ञानाला बळकटी देत असते. उदाहरणार्थ, माझ्याकडे असणारा चेंडू इकडून तिकडे पळतो. हा नवा आणलेला चेंडूही तसाच पळतो आहे. समजा, खेळण्यांमध्ये काही बाहुल्या आहेत. त्यातली एक बाहुली वाद्य वाजवते, ती हलते आणि त्यातून आवाजही येतो. दुसरी बाहुली फक्त डोळ्यांची उघडझाप करते. तिच्यातून काहीच आवाज येत नाही. तिसरी बाहुली मऊ कापसाची

आहे. ती यातलं काहीच करत नाही. अशा प्रकारे तीनही बाहुल्या मुलांना वेगवेगळी माहिती देत असतात. त्यातून मूल शिकत असतं. मुलांना अर्थातच बाहुलीचं वर्णन करणारे शब्द माहीत नसतात; पण जे दिसत आहे, ज्याचा स्पर्श होत आहे, त्यावरून ते अंदाज बांधत असतात. लॉजिक लावत असतात.

मूल कुठेही असलं तरी शांत बसत नाही. निरीक्षण हा तर संपूर्ण शिक्षणाचा पायाच. शिक्षणात सांगितलं जातं ते सूत्र- लर्निंग बाय डुईंग, याची ही पहिलीवहिली हाताळणी असते. हालचाल करायला लागल्यावर बाळ हेच करत असतं. आपण म्हणजे मोठ्यांनी न सांगता- सवरता त्याचा मेंदू त्याला आज्ञा देत असतो. त्या आज्ञेनुसार तो कामाची यादी पार पाडत असतो. त्याला आपली मदत होवो किंवा न होवो, तो ज्ञान मिळवत राहतो. या काळात तो खरा ज्ञानार्थी असतो.

पहिल्या दोन वर्षांत मुलांच्या शिकण्याचा वेग प्रचंड असतो. पाचही ज्ञानेंद्रियांतून मूल नित्य नवे अनुभव घेत असतो. आपण त्यासाठी काय करावं, यासाठी काही गोष्टी सुचवल्या आहेत.

अतिशय जाणीवपूर्वक त्यांना संगीत ऐकवावं. वाद्यसंगीत, एखादं मंद संगीत ऐकवावं. घुंगरांचा आवाज, प्राणी-पक्ष्यांचे आवाज अशांकडे लक्ष वेधून घ्यायला हवं. हल्ली मुलं जन्माला आल्यापासून मोबाईलचे रिंगटोन्स, टीव्हीवरच्या जाहिरातींमधले चित्रविचित्र आवाज यांच्याशीच त्यांचा जास्त परिचय होत आहे. खरं तर साधेसुधे, नैसर्गिक आवाज त्याच्या कानावर पडायला हवेत. हे प्रयत्न आता मुद्दाम करावे लागतील.

इतर भाषांतली गाणी, इतर भाषांतले शब्द ऐकवावेत. इतर भाषा बोलणारे शेजारी, नातेवाईक असतील तर त्यांना मुलांशी त्यांच्या भाषेतच बोलायला सांगावे. आगामी काळ हा बहुभाषिकांचा आहे. मुलांना पुढे गरजेनुसार अनेक भाषा शिकाव्या लागणार आहेत, हे लक्षात घेऊन आत्तापासून त्यांना विविध भाषांचे अनुभव द्यावेत.

मुलांशी बोलणारी भरपूर माणसं आसपास असतील तर त्याच्या भाषाविकासासाठी ते चांगलंच. म्हणूनच मुलांना सारखं घरात ठेवू नये. दिवसातला थोडा वेळ बागेत किंवा इतरांकडे खेळायला घेऊन जावं. वेगवेगळी माणसं भेटली की मुलं आनंदी होतात.

पूर्वी घरात गोष्ट सांगणारी एक आजी हमखास असायची. आता ती जागा टीव्ही मालिकांमधल्या गोष्टींनी घेतली आहे. जादूच्या, पशु-पक्ष्यांच्या,

त्यांच्यासारख्या लहान मुलांच्या गोष्टी ऐकायला मुलांना आवडतं. वेळात वेळ काढून त्यांना नक्कीच गोष्टी ऐकवाव्यात.

त्याला कौतुकाचा स्पर्श करणं, त्याच्याशी सतत बोलणं, गाणी म्हणणं-ऐकवणं, हे आपण अवश्य करावंच. त्यातही विविध भाषेतली गाणी ऐकवली तर जास्त चांगलं. या वयातला मेंदू विविध अनुभवांचा अक्षरशः भुकेला असतो. सुरक्षितता लक्षात घेऊन बाळाला रात्र दाखवणं, दिवस दाखवणं, पावसाचे थेंब अनुभवणं, फूल- माती- दगड-मांजरासारख्या प्राण्याचा स्पर्श, असे विविध स्पर्श देणं, जमतील तेवढे रंग, भरपूर आकार दाखवणं हेही करता येण्यासारखं आहे.

दोन महिन्यांच्या बाळालाही घराच्या खिडकीत, गच्चीत नेलं पाहिजे. दिवसा आणि रात्रीच्या वेळा दाखवल्या पाहिजेत. मुलामुलींची नजर लांबच्या वस्तूंवर जायला लागली, की उडणारे पक्षी, झाडावर विसावलेले पक्षी, झाडांवरची फुलं, हलणारी पानं अशा अनेक गोष्टींकडे जाणीवपूर्वक लक्ष वेधून घेणं म्हणजे त्यांना डोळ्यांमार्फत ज्ञान देणं.

पहिल्या दोन वर्षांत बाळ असं चैतन्यानं रसरसलेलं असतं. तीव्र कुतूहल हीच प्रेरणा एकूण वर्तनामागे असते. कितीही झोप आली, दमलं तरी झोपण्याची तयारी नसते. कारण हेच. झोपण्यातला वेळ वाया कसा घालवायचा? काहीतरी नवं शिकायचं राहून जाईल ना तेवढ्यात... नवं शिकण्यासाठी अक्षरशः हपापलेला हा जीव स्वयंशिक्षण घेतच असतो. त्याच्या या मार्गात पुढे कोण बरं अडचणी आणतं?

■

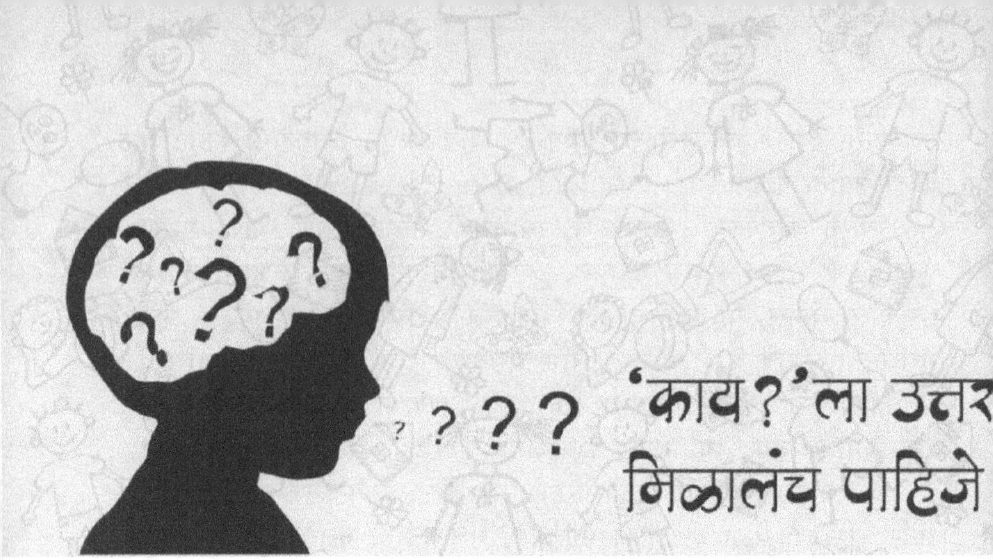

'काय?'ला उत्तर मिळालंच पाहिजे

कोवळी मनं जेव्हा आसपासचा परिसर समजून घेत असतात, तेव्हा त्यांच्या मनात नक्की काय चाललेलं असतं? मुलंमुली काय विचार करत असतात? आपण मोठे होतो आणि खरंच हे विसरून जातो की, मुलांच्या मनात कसे विचार चालू असतील? मुलं एखाद्या घटनेकडे कसं बघतात? आसपासच्या ओळखीच्या आणि अनोळखी मोठ्या माणसांकडे ते कसं 'बघतात'? नव्याने दिसलेल्या वस्तूंचा काय विचार करतात? परिसर समजून घेण्याच्या त्यांच्या पद्धती काय असतात? परिसर आणि ते स्वत: यातला संबंध ते कसा लावतात, जोडतात? हे समजून घ्यायचं असेल तर एक मार्ग आहे - त्यांच्या भूमिकेत शिरून त्यांच्या मनाचा विचार करणं. आसपास, अथांग पसरलेलं जग समजून घेण्याचा 'बेसिक' प्रयत्न मुलं सतत करत असतात. हा प्रयत्न त्यांच्या वयाचं होऊन समजून घ्यायला हवा.

पाच महिन्यांची छोटीशी कन्या एका बागेत गेली होती. झाडांकडे - पक्ष्यांकडे बघत होती. इतक्यात रेल्वेचा आवाज आला. तिनं चमकून रेल्वेकडे बघितलं. समोरून धडधडत रेल्वे गेली. काय आलं असेल तिच्या मनात? काय बघितलं आपण? कदाचित हे त्या धडधडत्या आवाजाचं मोठं चित्र आहे, असं

काहीतरी वाटलं असेल.

पहिलीतला एक मुलगा आणि त्याची आई रस्त्यावरून चालले होते. बाजूलाच एक ट्रक उभा होता. तो बघून यश म्हणाला, "आई, तू मला छोट्याछोट्या गाड्या घेऊन देते; पण असा मोठा ट्रक का नाही घेऊन देत? मी चालवीन तो. मला येतो ट्रक चालवायला." हे बोलताना तो चेष्टा- गंमत करत नव्हता, मजा करत नव्हता. खरंखुरं, मनापासून म्हणत होता.

एक छोटीशी मुलगी पर्स खांद्यावर घेते आणि अतिशय गंभीर चेहरा करून म्हणते, 'मी जातेय ऑफिसला.' हे ऐकून आसपासचे हसतात. पण तिची खरंच इच्छा असते आणि तिला खरंच तसं वाटत असतं.

एक काका आपल्या पुतणीला गोष्ट सांगतोय- एक मासा असतो. तो पोहत पोहत समुद्राच्या तळाशी जातो. छोटी मधूनच विचारते, 'माशाला बिस्कीट आवडतं का?' काका उत्तर देतो आणि गोष्ट पुढे चालू ठेवतो. अचानक त्याला काहीतरी जाणवतं. तो विचारतो, 'तुला भूक लागलीय का? बिस्कीट हवंय का?' यानंतर गोष्ट थांबवून आधी खाण्याचा कार्यक्रम होतो. तिला खरंच जे मनापासून म्हणायचं असतं, ते तो ऐकू शकतो. तिच्या मनात शिरू शकतो.

मुलं बोलायला लागली की त्यांचं सर्व काही ऐकून घेणं हे आपलं मुख्य काम व्हायला हवं. या बोलण्यात काय नसतं? त्यांचा फुलत जाणारा इगो असतो, त्यांचं स्वप्नरंजन असतं, कल्पनेच्या भराऱ्या असतात. 'मी' म्हणजे किती महत्त्वाचा, मी म्हणजे कोण, असा एक 'मस्त' भाव असतो. शब्दांच्या गमतीजमती तर असतातच; पण स्वतःच्या बुद्धीने ते त्याचे बेधडक अर्थ लावत असतात. मुलांच्या मनातलं ओळखण्यासाठी त्यांचं जाणीवपूर्वक ऐकून घ्यायला हवं. मुलंमुली लहान असली, कोणत्याही वयाची असली तरी ती मनाशी बोलत असतात. स्व-संवाद चालू असतो, हे लक्षात घेऊन त्यांच्या मनात शिरायला हवं. साध्याशा आणि अगदी बिनमहत्त्वाच्या वाटू शकणाऱ्या गोष्टी त्यांच्यासाठी महत्त्वाच्या असतात.

मुलांच्या मनातला हा सगळा व्यवहार फार वेगळा आहे. प्रौढांच्या दुनियेत शिरलेल्यांना फार क्वचितच ऐकू येईल लहान मुलांचं बोलणं, असं वाटतं. छोट्यांकडे असलेली मन नावाची गोष्ट एकदम जिवंत असते. सगळं काही टिपत असते. जे मनात आहे तेच ओठांवर असतं. मनात आलं की लगेच बाहेर पडतं. मग ते रडणं असो, चिडणं असो, प्रेम असो. जसजशी मुलं मोठी होतात, तसतसा यात फरक पडतो. मनातलं जग वेगळं आणि बाहेरचं जग वेगळं, असे स्वच्छ कप्पे पडतात.

तेव्हा मन प्रौढ होतं, असं म्हणत असावेत. एकदा का हे मन प्रौढ झालं की मग मुलांचं सगळंच बालिश वाटू लागतं! या बालमनात केवढी घालमेल चालू असते, दंगामस्ती चालू असते. हे विसरलंच जातं हळूहळू! मुलांच्या बोलण्याचा, त्यांच्या आवाजाचाही त्रास व्हायला लागतो. त्यासाठीच आपलं बालपण कोणी विसरू नये, आजही मनाच्या कोपऱ्यात असलेल्या छोट्याला जागा द्यावी.

पहिली दोन वर्षं ही झटपट शिकण्याची असतात. आयुष्यभरात लागणारी बरीचशी कौशल्यं मूल या वयात शिकून घेतं. चालणं, पळणं, खायला शिकणं, बोटांचा वापर करायला शिकणं, भाषा वापरणं, ऐकणं आणि बोलणं - अशा महत्त्वाच्या गोष्टींची पायाभरणी झालेली असते. मूल दोन वर्षांत स्वयंप्रेरणेनं काय काय आत्मसात करतं, याची बारकाईनं यादी केली तर आपल्याला या जडणघडणीच्या वर्षांचं महत्त्व कळेल. आपलं घर, घरातली माणसं, सतत भेटणारी इतर माणसं यांची ओळख झालेली असते. आपले खेळ, आपल्या घरातल्या वस्तू हेही कळायला लागलेलं असतं. नवी माणसं, नव्या वस्तू यांची प्राथमिक ओळख करून घ्यावी अशी प्रचंड उत्सुकता असते. 'हे काय आहे?' अशा प्रश्नांची सरबत्ती सुरू होण्याचा हा सुरुवातीचा काळ. बोलायला लागल्यावर काही काळात मुलं असा प्रश्न वारंवार विचारतात. त्यानंतरचा काळ असतो तो, 'हे असं का आहे?' 'काय'वरून 'का'कडे जाणारा हा प्रवास बुद्धीचा प्रवास असतो.

'हे काय आहे?' या प्रश्नाचं जे काही उत्तर असेल, ते मिळालं तरी पुन:पुन्हा मूल त्याच त्या वस्तूबद्दल प्रश्न विचारत असतं. अनेकदा तेच तेच उत्तर द्यावं लागतं. अशा वेळी मूल ते उत्तर स्मरणात पक्कं करत असतं. पुन्हा या वस्तूची गरज लागली तर त्या वेळेला पटकन या वस्तूचं नाव आठवावं असा उद्देश असतो.

लहानपणापासून ज्या वस्तू, शब्द, व्यक्ती, संकल्पना माहीत होतात, त्या मेंदू लक्षात ठेवतो. पुढच्या प्रत्येक वेळेला जेव्हा जेव्हा त्या प्रकारचं काहीही किंवा प्रत्यक्ष तेच दिसेल, तेव्हा मेंदूतली ही आठवण जागी होते आणि मदतीला धावून येते. उदाहरणार्थ, लाल रंगाचा नवा फ्रॉक बघितला, तर आधी घरात असलेला लाल रंगाचा दुसरा फ्रॉक आठवतो. तो तातडीनं हवाच असतो. कारण तो रंग जुळवून बघायचा असतो. तसंच घरात असलेल्या लाल रंगाच्या वस्तूही आठवतात. या रंगाची जोडी लावली की गडी स्वत:च्या ज्ञानावर खूश! सारखेपणा शोधण्याचं हे कार्य चालूच असतं.

भांड्यात भांडं घालून बघणं हा मोठ्यांच्या दृष्टीनं खेळ. पण मुलांच्या

दृष्टीनं पाहिलं तर एक महान शोध लावण्याचं काम. एका भांड्यात दुसरं भांडं जात आहे, तर दुसऱ्या भांड्यात पहिलं का जात नाही, या प्रश्नानं मूल भंडावून गेलेलं पाहिलं असेलच. अखेर बऱ्याच वेळानं तो नाद ती सोडून देतात. हा खेळ अयशस्वी ठरला असला तरी या साध्या कृतीतून मेंदूनं ही दखल घेतलेली असते, की एक भांडं दुसऱ्यात जात नाही, यात काही तरी गोम आहे. आज नाही तरी पुन्हा केव्हा तरी या प्रकरणाचा छडा लावायलाच हवा, अशी दखल मेंदू घेत असावा. दुसऱ्या मिनिटाला मूल हा खेळ सोडून दुसऱ्या खेळाला लागलेलं असतं; तो खेळही तितकंच रंगून जाऊन खेळतं. मात्र त्यानंतर चार-पाच दिवसांनी पहिली दोन भांडी खेळायला दिली तर मूल पुन्हा खेळ चालू करतं. मात्र, या वेळी पहिला अनुभव गाठीशी असतो. या संदर्भात पहिल्या अनुभवातून जी माहिती मिळते, त्याची रचना प्राथमिक स्वरूपात का होईना, मेंदूत हजर असते. ती या वेळी उपयोगाला येते. प्रत्येक छोट्यात छोटा अनुभव हा महत्त्वाचा असतो. कारण तो त्या प्रकारच्या माहितीची पहिलीवहिली रचना (construct) करत असतो. या मूळ रचनेवर पुढे इमले चढणार असतात.

मूल जेव्हा पहिल्यांदा - दुसऱ्यांदा चिऊ बघतं, तेव्हा त्याच्या ते स्मरणात जातं. नंतर कोणताही पक्षी बघितला तरी आधी ती चिऊच आठवते. अशा वेळी त्या दुसऱ्या पक्ष्याचं नाव सांगावं लागतं. ते नाव दोन-तीनदा घोकून लक्षात ठेवण्याचा प्रयत्न केला जातो. तरी त्यानंतर कोणताही पक्षी बघितला तर आधी चिऊ आठवते, मग त्या दुसऱ्या पक्ष्याचं नाव. घरातल्या माऊशी खेळण्याची सवय असणारं मूल प्राणिसंग्रहालयातल्या वाघालाही आधी माऊच म्हणतं. कारण 'माऊ' या प्राण्याची रचना मेंदूत तयार असते. मात्र आकाराचं तितकंसं ज्ञान नसतं. दोन गोष्टीतलं साधर्म्य शोधण्याचा हा खेळ चालू असतो. यातूनच दोन गोष्टीतलं वेगळेपण शोधण्याचीही सुरुवात होते.

छोट्याशा मुलाला / मुलीला काही कृती शिकण्यासाठी पालकांची मदत लागते. मूल ज्या वेळी एखादी गोष्ट स्वतःच्या हातानं करून बघण्याचा हट्ट करतं, तेव्हा त्याला ते करू द्यायला हवं. कारण ती मेंदूची सूचना असते. उदाहरणार्थ, मूल बसायला लागलं की स्वतःच्या हातानं छोट्या भांड्यानं पाणी पिण्याची क्रिया त्याला आवडते. काही दिवसांनी ते स्वतःच्या हातानं जेवायचा प्रयत्न करतं. अशा वेळी त्याला ती-ती क्रिया करू देण्यातच शहाणपण असतं. मूल स्वतःच्या हातानं एकेक घास तोंडात टाकायला बघतं. त्या वेळी त्याला स्वतःच्या हातानं जेवू द्यायला हवं. सांडतं म्हणून आपणच त्याला भरवलं तर

त्याची शिकण्याची प्रक्रिया आपणच त्या वेळी थांबवत असतो. स्वत:हून कपडे घालणं, चपला घालणं, या सर्व कृती योग्य वेळी मूल करू बघतं. त्याला त्या करू द्याव्यात.

या वयात 'इगो' आपलं अस्तित्व दाखवायला लागतो. इगो जन्मापासून अस्तित्वात असतोच. मात्र, जसजशा स्वत:विषयीच्या जाणिवा वाढायला लागतात, तसतसं मी, माझं, मला असं 'स्व'त्त्व जागृत व्हायला सुरुवात होते. तोपर्यंत मूल 'भूक' या विषयात स्वत:चं जोरदार अस्तित्व दाखवतं. पण त्याचं बाकी काही फारसं म्हणणं नसतं. आता मात्र अमुक एक खेळणं हवंच, आत्ताच हवं, इथेच खेळायचं आहे, घरात नको, बाहेर जायचं आहे, जायचंच आहे, अशी मतं- मागण्या- हट्ट सुरू होतात. हवी ती गोष्ट पूर्ण केली नाही की रडण्याचं - तेसुद्धा जोरात रडण्याचं किंवा खरं तर किंचाळण्याचं, घरात - रस्त्यात कुठेही बसकण मारून हट्टीपणा दाखवण्याचं अस्त्र बाहेर काढलं जातं. घरच्या माणसांना नाकी नऊ आणण्याची क्षमता मूल कमावतं. रडलं की सगळे आपलं ऐकतात, हा फॉर्म्युला हळूहळू लक्षात येतो. आणि मग वारंवार तोच वापरला जातो. या वयात मूल असं वागतं कारण त्याच्या दृष्टीनं 'मी'ला अतिशय महत्त्व आहे. 'मला' हवं आहे आणि दिलं जात नाही म्हणजे काय, हा विचार प्रबळ असतो.

या वयात मूल वस्तू हाताळतं, कितीतरी प्रश्न विचारतं. या प्रश्नांना उत्तरं द्यायला जवळ कोणीतरी मोठं असेल तर ती मुलांच्या दृष्टीनं बौद्धिक भाग्याचीच गोष्ट म्हणायला हवी. कारण या काळात जर मुलांशी भरपूर बोललं नाही तर त्यांचा भाषाविकास अपुरा राहतो. भाषाविकास आणि आर्थिक - सामाजिक वंचित कुटुंबं यांच्यावर अनेक अभ्यास व संशोधनं झाली आहेत, त्यातून हा संबंध लक्षात आलेला आहे.

असा अपुरा भाषाविकास असलेली मुलंमुली शाळेत दाखल होतात, त्या वेळी त्यांच्या भाषेची विशेष आणि वेगळी काळजी घ्यायला हवी. त्यांचे आसपासच्या विविध गोष्टींबद्दलचे कुतूहल भागलेले नसेल हे लक्षात घेऊन, त्यांना बोलायला, व्यक्त व्हायला पुरेशी संधी मिळेल, असा अभ्यासक्रम आखायला हवा. कारण संपूर्ण अभ्यासाचा पायाच योग्य भाषाशिक्षण हा आहे.

मध्यमवर्गीय घरातली परिस्थिती या संदर्भात काही वेगळंच सांगते आहे. घरात पालक टीव्ही बघण्यात गुंतले आहेत. मूल बोलू बघतंय, प्रश्न विचारू बघतंय; पण उत्तर द्यायला वेळच नाही, असं चित्र आता घराघरातून दिसत आहे.

मुलामुलींना प्रश्न पडत असतात; पण ते विचारायला जवळ कोणी नसतं,

मग ही कुतूहलाची भावना विरून जाते. प्रश्न पडायचेही बंद होतात. 'काय' या प्रश्नाला उत्तर मिळालं तरच काही वर्षांनी 'का' हा प्रश्न पडणार आहे. त्यासाठी हे वय अतिशय महत्त्वाचं आहे. मोठं होऊ पाहणाऱ्या लेकरांशी संवाद कसा साधायचा, हा प्रश्न पुढे टीनएजमध्ये उग्र रूप धारण करतो, त्याची ही सुरुवातच आहे, हे लक्षात घ्यायला हवं. आपल्या सर्व प्रश्नांची उत्तरं आपल्या पालकांकडे मिळतात, ही खूणगाठ पक्की झाली तर मूल पुढेही सर्व विषयांवर बोलेल. त्यामुळे आपणच अशी सवय लावली पाहिजे. लागलेली सवय कायम ठेवली पाहिजे.

■

अनुभवांची शिदोरी हवी

आपल्याला प्रश्न पडतात, आपण त्या प्रश्नांच्या उत्तरांपर्यंत पोहोचण्यासाठी धडपड करतो, हा आपला स्थायी भाव असतो. पहिल्या काही वर्षांत जी प्रश्न पडायला सुरुवात होते, ते अखेरपर्यंत चालू राहतं. प्रश्न बदलतात, प्रश्नाचं स्वरूप बदलतं आणि उत्तर मिळण्याची इच्छा कमी-जास्त होते. पण प्रश्न आपला पिच्छा कधीच सोडत नाहीत.

याचा अर्थ आपल्याला प्रश्न नकोसे असतात, असं नाही. उलट आपल्याला प्रश्न हवे असतात, प्रश्न सोडवणं हे आव्हानात्मक काम असतं. प्रत्येक प्रश्न सोडवताना नवीन अनुभव मिळत असतो. ही आव्हानं, हे अनुभवच आपल्याला घडवत असतात. कसलीच आव्हानं नसती, तर आपलं आयुष्य पुढे सरकलं असतं की तिथेच राहिलं असतं?

याचा विचार केला तर तोच नियम आपल्या छोट्या मुलामुलींनाही लावायला हवा. सगळी माणसं फूटपाथवरून चालत आहेत, तर आपण फूटपाथच्या कडेच्या टोकावरून, कसरत करत, तोल सांभाळत चालावं, असं मुलांना वाटत असतं. पालकांना त्यातला धोका कळत असतो. कारण वाहत्या रस्त्यावर वाहनाची धडक बसू शकते. मुलांना हा धोका माहीत

नसतो. पण टोकावरून चालण्यातलं थ्रिल हवं असतं, आव्हान हवं असतं. असंच चालत रस्त्याच्या शेवटपर्यंत गेल्यावर होणारा आनंद तर अवर्णनीय असतो.

यातही काही मुलांना एकटंच चालायचं असतं. काही मुलं आधी पालकांचा आधार घेऊन एकटं चालायचा प्रयत्न करतात. मग अंदाज आल्यावर हात सोडण्याचा प्रयत्न करून बघतात. मुलांचा प्रत्येक खेळ हा आपल्यासाठी खेळ आहे, पण त्यांच्यासाठी मात्र हे आव्हान आहे; नवीन संशोधन आहे असं म्हटलं तरी चालेल. मुलं जेव्हा जेव्हा आणि जे-जे करू बघतात, त्याकडे पालकांनी असं बघायला हवं की, मूल नवीन काही तरी शिकू बघतंय. या आव्हानातला आनंद त्याला घेऊ द्यायला हवा. बऱ्याचदा पालकांसाठी ही डोकेदुखीही असते. मुलांना धपाटा घालायला त्यातून कारणही मिळतं.

पण या साध्याशा उदाहरणातून काय काय होऊ शकतं बघू या.

- फूटपाथवरच्या कडेवरून चालण्यात ज्या मुलांना यश मिळतं, ती मुलं पुनःपुन्हा हेच धाडस करून बघतात. एक छान अनुभव त्यांना मिळतो. पण, काही दिवसांनी हे धाडस त्यांना अपुरं वाटतं. मग नवीन धाडस. पुढची चढाई.
- काही कारणानं जी मुलं फूटपाथच्या कडेवरून चालताना अडखळली, पडली किंवा बाजूनं जोरात वाहन गेल्यामुळे घाबरली, त्या मुलांसाठी हा एक भीतिदायक अनुभव होता. अशी मुलं पुन्हा अनुभव घ्यायला तितकीशी उत्सुक नसतील. हा अनुभव घ्यावासा वाटला तरी पहिल्या-नकारात्मक अनुभवाची नोंद त्यांच्या मनात असणार. कदाचित ही मुलं पुढच्या वेळेला अधिक सावधगिरीनं चालतील. आणि
- अशीही मुलं असतील, ज्यांना फूटपाथच्या कडेवरून चालायचं होतं; पण पालकांनी 'पडलं तर त्याला / तिला लागेल' या कारणानं आपल्या हाताशीच ठेवलं. फूटपाथच्या कडेवरून जाऊच दिलं नाही. त्यांच्या गाठीशी कसलाच अनुभव नव्हता. यशाचाही नाही आणि अपयशाचाही नाही; एक नवा अनुभव मिळता मिळता राहून गेला.

हे एकच उदाहरण सविस्तर पाहिलं. कारण प्रत्येक मूल प्रत्यक्ष अनुभवातून शिकतं. प्रत्येक अनुभव मेंदूत न्यूरॉनची जुळणी (सिनॅप्स) घडवून आणतो. या साध्यासाध्या अनुभवांचा त्यांच्या व्यक्तिमत्त्वावर- त्याच्या शिकण्यावर परिणाम होत असतो.

जेव्हा मुलांना नवीन काही करून बघायचं असतं, तेव्हा त्याबाबतची सर्व

सावधगिरी बाळगण्याचं काम पालकांचं आणि नवे अनुभव घेण्याचं काम मुलांचं, असं ठरवून टाकावं. मुलांना धोक्याची जाणीव हळूहळू करून देणं हेही महत्त्वाचं.

हे उदाहरण दैनंदिन आयुष्यातल्या कोणत्याही घटनेला लावून बघता येईल.

- पावसात भिजायला आपल्याला आवडतं. मुलं त्यासाठी हट्ट करतात. पावसात भिजलं, तेव्हा छान वाटलं; पण सर्दी झाली. हा एक साधासा - प्रत्येकानं घेतलेला अनुभव आहे.
- पावसात भिजलं. मजा वाटली. सर्दी वगैरे काही झाली नाही - हा एक अनुभव.
- आणि आईबाबांनी 'सर्दी होईल म्हणून' पावसात जाऊच दिलं नाही, हा एक अनुभव. न मिळालेला.

साध्या पेन्सिलनं चित्र काढणं, रंगीत पेन्सिली- स्केचपेन वापरणं आणि वॉटर कलरनं चित्रं रंगवणं - वेगवेगळ्या पद्धतीनं चित्रं रंगवता येतात. पण चित्रं काढायचा अनुभवच नसणं, हेही घडतं. हल्ली तर चित्रं काढणं म्हणजे तयार कलरिंग पुस्तकांमधल्या चित्रांमध्ये रंग भरणं असं काहींना वाटतं. तसंच चित्र म्हणजे नेहमीच बघून काढायचं असतं, हाही एक समज आहे. मुलांनी आपल्या कल्पनेतून चित्र काढायला हवीत. तसा मोकळा अनुभव मुलांना आवर्जून द्यायला हवा.

अनुभव मिळाला तर आणि तरच मूल अनुभवातून शिकेल. तीन वर्षांची एक मुलगी आईबरोबर बाहेर जाऊन घरी आली. आल्याबरोबर तिनं पायातल्या चपला काढून कपाटात ठेवल्या; इतरांच्या चपला बाहेर तशाच अस्ताव्यस्त पडलेल्या असूनही! तिची आई हे बघत होती.

ती म्हटली,''अरे वा! चपला जागेवर ठेवल्यास?'' तिच्या बोलण्यातून आश्चर्य लपत नव्हतं.

तर मुलगी म्हणाली,''आपण आता त्या काकूकडे गेलो होतो ना, तिच्यासारखं.''

आई आणि काकूच्या गप्पा चाललेल्या असताना ही मुलगी जवळच काहीतरी करत होती, खेळत होती. त्या वेळी ती नुसतंच 'काही तरी' करत नव्हती; तर आसपासच्या परिसराचं निरीक्षण करत होती. त्यातून ती एक नवीन गोष्ट शिकली, ती तिला आवडली. आणि तिनं ते करून बघितलंही.

असंच एक उदाहरण. चार वर्षांचा एक मुलगा आहे. एका रात्री झोपायची तयारी चालू होती. आई तिची कामं करत होती. बाबा त्याचं काम करत होता.

हादेखील लगबगीनं उठला. त्याची आई रोज ज्या पद्धतीनं पडदा सारते, तसाच आणि तितकाच त्यानंही सारला. ज्या पद्धतीनं आई भांड्यात पाणी आणून, झाकण लावून, जिथे ठेवते तिथंच त्यानं ठेवला. कोणीही न सांगता.

आईबाबा जर आपलं आपलं काम करताहेत तर आपणही केलं पाहिजे, अशा स्वयंस्फूर्तीनं त्यानं हे केलं. जे त्याला जमेल असं वाटलं, त्याच कामाची त्यानं निवड केली.

आपण केलेल्या या कामाचं कौतुक होईल असं या दोन्ही मुलांना वाटलं नव्हतं. त्यांनी ते खूप सहजतेनं आणि स्वतःच्या आनंदासाठी केलं होतं. आईवडिलांचं कौतुक ऐकून ते सुखावले. त्यांना योग्य दिशा मिळाली.

म्हणजेच, मूल हे मातीचा गोळा नसतं. अतिशय सर्जनशील, आव्हानांचा शोध घेऊन ते पेलण्याची क्षमता असणारा, चुका झाल्या तरी खचून जाऊन प्रयत्न करणं न सोडणारा असा तो आदिमानवाचा वंशज आहे. संवाद साधण्याची कला अवगत करून समाजाभिमुख होण्याची तयारी करणारा असा तो अत्यंत प्रतिभाशाली जीव असतो. डार्विनच्या उत्क्रांतिवादानुसार 'फिटेस्ट' बनून राहण्याच्या सर्व शक्यता तो आजमावून पाहत असतो. या जगात जगण्यासाठी जो काही कच्चा माल लागणार आहे, तो गोळा करण्याचं त्याचं काम चालू असतं. पालक आणि शिक्षकांचं काम असतं ते मुलांना मदत करण्याचं. मात्र, मदत म्हणजे सर्वकाही स्वतःच ठरवणं नव्हे; तर त्याला त्याचे निर्णय विचारणं, योग्य असतील तर ते ऐकणं. नसतील तर त्यांच्याशी त्यावर बोलणं. मुलांच्या मनाचा, मेंदूचा ताबा न घेणं. आव्हानांना गाठण्याची नैसर्गिक इच्छा त्यांच्यात असतेच, ती न विझवणं. परावलंबनाकडून स्वावलंबनाकडे जाण्याचा त्यांचा प्रयत्न असतोच. तो प्रयत्न, तो अधिकार शाबूत राहिला तरच मुलांची प्रगतीकडे जाण्याची धडपड अधिक आनंदात होईल.

मूल असंख्य प्रकारचे अनुभव घेत असतं. सुखाचे, आनंदाचे. आपलं कोणीतरी कौतुक करतोय याचे. दुःखाचे (हवी ती वस्तू न मिळणं- हे त्याच्या दृष्टीनं दुःखच), इंजेक्शन, आई सोडून गेली (अगदी दहा मिनिटांसाठी का होईना!) असे वाईट अनुभव गाठीशी असतात. अचानक काहीतरी नवीन, चमत्कारिक दिसून आश्चर्य वाटण्याचे, नवेनवे शोध लागण्याचे, चांगल्या-वाईट, आंबट-गोड, कडू-तुरट अशा चवी घेण्याचेही चित्रविचित्र अनुभवच असतात. प्रत्येक भेटलेला माणूस, त्याचा आवाज, त्याचा चेहरा या सगळ्याची अशा असंख्य गोष्टींची मेंदूत साठवणूक चाललेली असते.

पुढच्या प्रत्येक वेळेला मूल कसे निर्णय घेईल हे त्याच्या या अनुभवांवरून ठरत असतं. शाळेचा पहिला अनुभव भीतिदायक असला तर मूल शाळेचा धसका घेतं. इथं आलं की आईबाबा दुरावणार आहेत, त्यामुळे जोरजोरात रडायचंच आहे, हा निर्णय ते छोटंसं मूल कितीतरी लहानपणी घेतं. मेंदूशिक्षणाच्या भाषेत बोलायचं तर या प्रत्येक अनुभवाची विशिष्ट पद्धतीनं रचना होत असते. आपण बघितलं की, प्रत्येक अनुभव वेगवेगळ्या क्षेत्रात न्यूरॉन्सची जुळणी करत असतो. या न्यूरॉन्सची तयार झालेली रचना म्हणजेच त्याची बुद्धी. बुद्धीची जडणघडण ही अशी होते.

शालेय शिक्षणात मूल जे काही नवीन शिकतं, ते या अनुभवांवर- अगदी जन्मापासूनच्या अनुभवांवर- अनुभवांच्या रचनेवर अवलंबून असतं. जी माहिती किंवा जे ज्ञान त्याला जन्मापासून मिळालेलं आहे किंवा त्यानं - स्वतःनं मिळवलेलं आहे त्या ज्ञानावरच पुढच्या ज्ञानाची रचना व्हायची आहे. म्हणूनच तर जन्मानंतरच्या आठ वर्षांतल्या अनुभवांना न्यूरोसायंटिस्ट्सनी अतोनात महत्त्व दिलं आहे.

■

वळण लावण्याचं सरळ काम

लहान असताना एकदाही हट्ट केला नाही आणि पालक झाल्यावर एकदाही हट्ट पुरवला नाही, असा माणूस सापडणं अवघडच. लहान मुलं हट्ट करणारच, असं एक सार्वत्रिक विधान आपल्या चांगलंच परिचयाचं असतं.

बालहट्टांच्या कितीतरी गोष्टी आपल्याला माहिती आहेत. रामाला चंद्र हवा होता, अकबराच्या नातवाला त्याच्या दाढीला हात लावायचा होता. या गोष्टींमध्ये बालहट्ट समजावून घेऊन त्या हट्टांना खुबीनं वळण देण्याचा प्रयत्न केला होता.

मात्र, एक जुना विनोद मात्र वेगळंच सांगतो. कदाचित हे एकविसाव्या शतकातलं मूल म्हणून असं असेल.

एक मुलगा खूप हट्टी आहे, म्हणून त्याचे पालक डॉक्टरांकडे जातात. 'मूल असं करणारच', म्हणून डॉक्टर पालकांनाच समजावून सांगतात. पालकांच्या आग्रहामुळे डॉक्टर पुढच्या वेळी मुलाला भेटतात.

डॉक्टर मुलाला विचारतात, ''बाळा, तुला काय हवं?''

''पापड.''

डॉक्टर असिस्टंटकरवी एक पापड भाजून आणतात.

''असा पापड नाही, तळलेला हवा.''

तळलेला पापड दिल्यावर तो मुलगा म्हणतो,''असा नको. तुकडे करून.''
म्हणून डॉक्टर पापडाचे तुकडे करून त्याच्यासमोर ठेवतात.
''असा नको. अख्खा हवा.''
डॉक्टर पुन्हा दुसरा पापड तळून मागवतात.
''आता झालं ना तुझ्या मनासारखं. आता खा.''
तर मुलगा म्हणतो,''हा नाही. तोच पापड अख्खा हवा होता.''

इथं मोठ्या माणसांची सहनशक्ती संपते आणि परीक्षेला सुरुवात होते.

मुलांचे हट्ट हे अशा स्वरूपाचेही असू शकतात.

मुलांना भरपूर वेळ असतो, त्यांच्या अंगात बोलण्याची, जास्तीतजास्त सर्जनशीलता वापरून नवेनवे हट्ट करण्याची ऊर्जादेखील असते. नेमक्या याच गोष्टी पालकांकडे नसतात. त्यामुळे ते पक्के जेरीला येतात. मुलांचे शक्य आहेत तेवढे हट्ट पुरवून मोकळे होतात; पण हेच छोटे-मोठे हट्ट करता करता आपलं प्रिय मूल हट्टी कधी होऊन बसतं, हे पालकांच्याही लक्षात येत नाही. एवढंच नाही, तर यानंतरचा सर्वात महत्त्वाचा टप्पा म्हणजे आपल्या हट्टी मुलामुलींशी वागता वागता आपणही कधी हट्टी झालो, हे पालकांना समजतही नाही. 'तू एक हट्टी तर मी सात हट्टी' असं म्हटलं जातं. पालक या 'सात हट्टी'च्या भूमिकेत नकळतपणे शिरतात.

आपण एक समंजस प्रौढ आहोत, हेदेखील कित्येकदा विसरायला होतं. कारण मुलांच्या हट्टाला पालक मुलांसारखीच प्रतिक्रिया देत असतात. जोपर्यंत हा क्रिया-प्रतिक्रियांचा खेळ चालू राहणार आहे, तोपर्यंत हट्टीपणाची चढाओढही चालू राहणार आहे. कोणती बाजू वयाने जास्त लहान आहे, कोणती बाजू माघार घेईल, हे अशा वेळेला कोणालाच सांगता येत नाही. पालकांना निदान स्थळकाळाचं भान तरी ठेवावं लागतं; पण मुलांच्या दृष्टीनं ती कधीच आवश्यक गोष्ट नसते.

वास्तविक मूल दोन-तीन वर्षांचं असतं, तोपर्यंत ते एकदम आज्ञाधारक असतं. आसपासची मोठी माणसं जे सांगतील ते करायचं, एवढंच त्यांना माहीत असतं. मात्र यानंतर त्यांच्यातला अहं हळूहळू जागृत होऊ लागतो. जन्मापासून हा 'अहं' असतोच. दोन महिन्यांच्या मुलामुलींच्याही मागण्या असतात. लहानपणी भूक लागली की रडणं ही जैविक गरजेपोटी दिलेली प्रतिक्रिया असली तरी ती 'आत्ताच्या आत्ता पूर्ण करायलाच हवी', हे मागणं असतं. त्या वेळी इतर कोणी

बोलू नये, कसलाही आवाज नको किंवा अशा इतरही काही मागण्या असतातच. दोन-अडीच वर्षं या वयानंतर मात्र या अहंला स्वतःच्या आवडीनिवडी असतात. स्वतःची मतं असतात.

'मला आत्ता खाली खेळायला जायचं आहे', ही एक साधी आणि तितकीच नैसर्गिक इच्छा असते. एरवी ही इच्छा पूर्ण होते. पण एखाद्या वेळी पूर्ण झाली नाही की मात्र वाईट वाटतं. इच्छा पूर्ण करण्यासाठी रडणं, ओरडणं, किंचाळणं हा एक मार्ग आहे, हे आधीच्या- अगदी लहान वयापासून माहीत असतंच. एकदा प्रयोग केला आणि तो यशस्वी ठरतो आहे, हे लक्षात आल्यावर मूल पुनःपुन्हा तो प्रयोग करणारच. हीच तर मानवी बुद्धीची खूण आहे. मोठं होण्याची ही सुरुवात आहे. मात्र या बुद्धीला योग्य दिशा देण्याची गरज असते.

मार्ग एक : इच्छा पूर्ण होत नाही. उदाहरणार्थ, चेंडू हवा आहे.

माहीत असलेला मार्ग वापरला. उदाहरणार्थ, ओरडणं, किंचाळणं.

इच्छा पूर्ण झाली. चेंडू मिळाला - हा यशस्वी फॉर्म्युला.

मार्ग दोन : इच्छा पूर्ण होत नाही. उदाहरणार्थ, चेंडू मिळत नाही.

यशस्वी फॉर्म्युला वापरला. उदाहरणार्थ, ओरडणं, किंचाळणं.

मोठ्या माणसांनी दुर्लक्ष केलं / समजावून सांगितलं, पण चेंडू दिला नाही.

कितीही रडलं, ओरडलं तरी ऐकलं नाही. फॉर्म्युला अयशस्वी.

त्याऐवजी पालकांनी मुलांचं मन दुसरीकडे वळवलं, अन्य गोष्टींकडे लक्ष वेधलं, पहिल्या हट्टाऐवजी दुसरी आवडती गोष्ट करायला मिळाली तर मूल पहिला हट्ट सोडून देतं.

पालकांसाठी महत्त्वाचं हे, की हा आनंद थोडाच काळ टिकण्याची शक्यता जास्त. कारण आता दुसऱ्या आवडत्या गोष्टीसाठी असाच हट्ट सुरू होतो.

एकूण काय तर बालहट्टातून पालकांची सुटका नाहीच.

आज फुग्यासाठी हट्ट करणारं मूल उद्या गाडीसाठी हट्ट करणार. परवा मित्राच्या, मैत्रिणीच्या घरी राहायला जाण्यासाठी; तर अजून काही दिवसांनी खऱ्या मोठ्या गाडीसाठी. आजच्या या नव्या / गुंतागुंतीच्या / तुलनेने महाग/ अशक्य वाटणाऱ्या अशा हट्टांपेक्षा कालचे हट्ट पुरवणं सोपं होतं, असं वाटण्याची वेळ पालकांवर रोजच येत राहणार. तेव्हा, कायमच सावध राहिलेलं बरं! कधी कसली इच्छा होईल, या इच्छेचं मागणीत आणि पुढे हट्टात रूपांतर होईल, हे सांगता येणं अशक्यच. तेव्हा मूल हट्ट करतं, ही समस्या नाहीच. समस्या आहे ती अशा हट्टप्रसंगाच्या हाताळणीत.

मूल हट्ट करतं, आपलं ऐकत नाही, म्हणून त्याच्या आवाजावर आपला आवाज चढतो. या आवाजाला मूल घाबरत नाही, बधत नाही म्हणून हात उठतो, फटका दिला जातो. तिथे मूल गप्प बसतं. हट्ट बंद होतो. प्रश्न सुटल्यासारखा वाटतो, पण तो सुटलेला नसतो. उलट चिघळलेला असतो किंवा भविष्यात चिघळणार असतो. मुलाला / मुलीला फटके देऊन गप्प करणं हा यशस्वी फॉर्म्युला आता पालकांना सापडलेला असतो. जोपर्यंत मुलं उंचीनं / ताकदीनं लहान आहेत, तोपर्यंत चालू राहणार असतो. कित्येक घरांमध्ये पालक हाच फॉर्म्युला यथेच्छ वापरत असतात.

पालकांकडून मुलं हेच शिकतात. त्यांच्या मित्रमंडळीत ते असेच वागतात. तिथे जमलं नाही तर जिथे कुठं जमेल तिथे, तसंच मोठं झाल्यावर, आपल्यापेक्षा दुबळ्या व्यक्तींवर, पुढे आपल्या स्वतःच्या मुलांवर हाच मार्ग अवलंबला जातो.

(हल्ली मारहाणीचा हा मार्ग मुलं टीव्हीवर बघूनही शिकतात. जोडीला टीव्हीतल्या शिव्याही जशाच्या तशा देतात.)

मुलं हट्ट करणारच, हे लक्षात घेऊन हट्टाला वळण कसं द्यायचं, हे पालकांना कळणं जास्त महत्त्वाचं आहे. मारल्यामुळे मूल गप्प बसतं, ते घाबरून. पण, त्याच्या मनातली ती मूळ इच्छा जात नाही. तसंच पालकांबद्दल मनात राग बसतो, हे दुसरी महत्त्वाची गोष्ट. वारंवार मार खात राहणं हे मुलामुलींच्या मानसिक, भावनिकच काय; पण बौद्धिक वाढीसाठीही वाईट आहे.

मात्र, याचा अर्थ मुलांचा प्रत्येक हट्ट पुरवावा असा नाही. मुलामुलींचे सर्व हट्ट पुरवणं, त्यांचं प्रत्येक म्हणणं मान्य करणं, हे त्याच्या वाढ-विकासासाठी घातक आहे. अशी मुलं समाजासाठीही घातक ठरू शकतात. जगताना होकार आणि नकार या दोन बाजू कायम वापराव्या लागतात, हे त्यांना कळायलाच हवं.

प्रश्न आहे तो आपण या हट्टांना कशा प्रतिक्रिया देतो, याचा. कधी युक्तीनं, कधी वास्तविक कारण सांगून, कधी या हट्टांवरच्या गोष्टी रचून, कधी स्वतःच्या लहानपणची हकिकत सांगून, कधी अबोला धरून विविध प्रसंगी तारतम्यानं वागून या अडचणींवर मार्ग काढता येईल.

मात्र एका हट्टातून इतर कायमस्वरूपी समस्या मात्र निर्माण होऊ नयेत, ही काळजी पालकांनी या टप्प्यावर घेतली पाहिजे. वाढत्या वयात मुलांचे प्रश्न अधिकच गंभीर होतात. तसे होऊ नये याची काळजी लवकरच्या वयात घ्यायला हवी. कुठल्याही परिस्थितीत मूल मानसिकदृष्ट्या पालकांपासून दुरावायला नको.

■

शिक्षा की शिस्त?

जन्मापासूनच मूल पालकांबरोबर असतं. त्याला प्रेमाचा, सुरक्षिततेचा खरा स्पर्श होतो तो त्याच्या आईबाबा, आजीआजोबांमुळेच. प्रेम, सुरक्षितता, भूक भागणं, खेळणं, गप्पा मारणं अशा सगळ्या गोष्टी पालकांमुळेच घडत असतात. असे प्रिय पालक जेव्हा रागवतात, मारतात, तेव्हा मुलांच्या मनाला धक्का बसतो. प्रेम करणारे पालक खरे, की मारणारे पालक खरे, हे त्यांना कळेनासं होतं. जी मुलं अशा शिक्षा सतत सहन करतात, त्यांना असुरक्षितता भेडसावते. एरवी मूल नीट वाटलं तरी त्याच्या मनावर घातक परिणाम झालेले असल्यामुळे मन एकाग्र होण्यात अडथळे येतात. सगळ्यांशी मिळून-मिसळून खेळू शकत नाही. मोकळेपणानं कुणाशी मैत्री करू शकत नाही. आत्मविश्वास कमी होतो. मनावर झालेला परिणाम शरीरावरही दिसून येतो.

थोडक्यात, आपल्याला असं नक्की म्हणता येतं की शारीरिक शिक्षेचा परिणाम जसा अंतिमतः मनावर होतो, तसाच मानसिक आणि भावनिक दुखापतीचा परिणाम शरीरावर होतो. मुलाला भूक लागत नाही, पचनसंस्थेवर परिणाम होतो. यामुळे त्याची शारीरिक वाढ नीट पद्धतीनं होत नाही. असे

सगळेच नकारात्मक परिणाम त्याच्यावर होत असतात. या नकारात्मकतेच्या मुळाशी असलेली भावना जास्त घातक आहे. ती म्हणजे मुलामुलीचा झालेला अपमान. अगदी लहानशा मुलालादेखील स्वत्त्वाची नीट जाणीव असते. सतत अपमान झेलावे लागले तर या स्वत्त्वालाच धक्का पोहोचतो. वाढत्या वयात जेव्हा मूल स्वत:विषयीच्या काही जाणिवा विकसित करू बघत असतं, तेव्हाच असा धक्का बसणं हे त्याच्या सन्मानालाच धक्का बसण्यासारखं असतं. याचा परिणाम त्याच्या व्यक्तिमत्त्वावर होत असतो. त्यामुळे शिक्षा करताना पालकांनी केवळ तात्पुरत्या परिणामांचा विचार करणं हे अत्यंत धोकादायक ठरतं. आपण कोणत्या कारणांसाठी, कोणत्या प्रकारच्या आणि किती तीव्रतेच्या शिक्षांची अंमलबजावणी मुलांवर करतो, हे तपासून बघायला हवं.

शिक्षा केल्यानंतर थोड्याच वेळात मूल आपापल्या कामाला लागतं, पुन्हा खेळायला लागतं, सगळं विसरून पुन्हा पालकांच्या गळ्यातही पडतं. याचा अर्थ असा नाही की त्याच्यावर कुठलाच परिणाम झालेला नाही. शिक्षेचे परिणाम होतातच; फक्त ते कधी जाणवतात, कधी जाणवत नाहीत.

पालक मुलांना अतिशय गंभीर शिक्षा करायला धजावतात कसे? कारण खरं तर प्रत्येक आईचं, बाबाचं मुलांवर अतिशय प्रेम असतं. या प्रेमापोटी त्यांनी स्वत:च्या खासगी आयुष्यात अनेकदा त्याग केलेला असतो. मुलांसाठी स्वत:च्या आवडीनिवडी, छंद बाजूला ठेवलेले असतात. आपल्या मुलांना मोठं करणं, त्यांच्यासाठी वेळ देणं हे आव्हान त्यांनी स्वीकारलेलं असतं.

मात्र, जर प्रेम असेल तर त्याची अभिव्यक्ती प्रेमानंच व्हायला पाहिजे. ती शिक्षेनं कशी काय होते? उदाहरणार्थ,'आज तू खोटं बोललास/बोललीस; पण पुन्हा तू खोटं बोलू नये म्हणून मी तुला उदबत्तीचा चटका दिला.' हे कोणतं लॉजिक आहे? प्रेम व्यक्त करण्यासाठी शिक्षा हे माध्यम वापरणं योग्य नाही. तुमच्यावर प्रेम आहे म्हणून आम्ही तुम्हांला शिक्षा करतो हे मुलांना कसं काय पटेल? हे म्हणजे 'डर' सिनेमातल्या खलनायकासारखं झालं. आपलं निरतिशय प्रेम व्यक्त करण्यासाठी त्याच व्यक्तीला त्रास देणं. अशानं वर्तन सुधारतं का? की कायमचाच 'डर' मनात बसतो? पालकांनी केलेल्या शिक्षा मुलं सहन करत असतात, त्या वेळेस त्यामागचं प्रेम किंवा शिस्त किंवा संस्कार वगैरे समजण्याची त्यांची कुवत नक्कीच नसते. या शिक्षांनी त्यांचा दर वेळी अपमान होत असतो. तरीही त्यांना आपल्या प्रिय पालकांकडून अनेक शिक्षा होत असतात.

वस्तुत: मूल ही एक स्वतंत्र व्यक्ती असते. त्यांना वाढवण्याची जबाबदारी

पालकांची असली तरी शिक्षा करून त्यांना मानसिक किंवा शारीरिक हानी पालकांनी पोहोचवायची नसते. अर्थात, या प्रकाराची दुसरीही बाजू आहे. जसं, काही पालकांच्या मते, मुलांना शिक्षा करताना काही आनंद होत नसतो, वाईटच वाटत असतं; पण तरीही मुलांना शिक्षा होतेच. अशा पालकांनी हे समजून घ्यायलाच हवं, की शिक्षा केल्यानं तात्पुरता परिणाम साधला जात असला तरी त्याचे दीर्घकालीन परिणाम वाईटच होत असतात.

मुलांना शारीरिक- विशेषत: मारण्याच्या शिक्षा केल्या जातात, तेव्हा त्यांच्यावर दोन प्रकारे परिणाम होत असतात :

(१) शारीरिक परिणाम (२) मानसिक / भावनिक परिणाम

जोरात मारणं, एखाद्या वस्तूनं (काठी, चप्पल इत्यादी) मारणं, चटका देणं, उपाशी ठेवणं अशा शिक्षांमुळे मुलांच्या थेट शरीराला इजा होत असते. वेदना सहन करावी लागते. या शारीरिक छळांचे व्रण बुजले तरी पालकांनी केलेला अपमान सहजपणे विसरता येत नाही.

शरीरावर आघात झाले तर ते निदान दिसतात; पण मनावर आघात झाले तर ते दिसतदेखील नाहीत. म्हणून शिक्षेमुळे झालेल्या मानसिक / भावनिक परिणामांचा विचारदेखील अतिशय महत्त्वाचा ठरतो. कारण त्याचा संबंध थेट पालकांविषयी वाटत असणाऱ्या सुरक्षिततेच्या भावनांशी आहे. यासाठी गरज आहे ती पालकांनी योग्य संयम ठेवण्याची आणि शिक्षेचे दूरगामी परिणाम जाणून घेण्याची!

आपल्या मनात ज्या विविध भावना असतात, त्या भावनांचं मूळ शोधायचं असेल तर थेट सृष्टिविज्ञानाच्या मुळाशी जावं लागतं. पृथ्वीवर पहिला एकपेशीय जीव निर्माण झाला. सरपटणारे प्राणी जन्माला आले. त्या काळातही जिवांना मेंदू होता. हा मेंदू अगदी छोटा होता. मेंदूची कामंही थोडीच होती. त्यातलं मुख्य काम म्हणजे आपला जीव वाचवायचा, तग धरून राहायचं. आपल्यापेक्षा जे मोठे जीव आहेत, ज्यांच्यापासून आपल्याला धोका आहे, त्यांच्यापासून लांब राहायचं. समजा, स्वत:ला वाचवताना दुसऱ्यावर हल्ला करावा लागला, तर तो करायचा; पण स्वत:ला सांभाळून. हे झालं मेंदूचं पहिलं काम - स्वसंरक्षण.

दुसरं काम म्हणजे प्रजोत्पादन. स्वत:चा वंश वाढवायचा. या सरपटणाऱ्या जिवांनी ही कामं इमानेइतबारे केली. अजूनही हे जीव हीच कामं करत आहेत. यातल्याच काही जिवांच्या शरीररचनेमध्ये काळाच्या ओघात बदल झाला. प्राणी उत्क्रांत होत होते. त्यातून सस्तन प्राण्यांची निर्मिती झाली. इथे जगातलं पहिलं

प्रेम अस्तित्वात आलं. आई आणि तिचं बाळ यांच्यामधलं प्रेम. आई पिल्लांना दूध पाजते, तेव्हा ती त्यांना चाटते. मूल आईच्या कुशीत शिरू बघतं. त्याला तिथे सुरक्षितता वाटते. आई पिल्लांचं रक्षण करते. शिकार शोधायला पिल्लांना सोडून गेली तरी पुन्हा थेट पिल्लांकडेच येते. एवढंच नाही; तर आपलं पिल्लू सक्षम होतंय ना, याकडे लक्ष पुरवते. त्यांना विविध गोष्टी शिकवते. पिल्लू मोठं होईपर्यंत त्यांची काळजी घेते. बाकीचे सरपटणारे जीव आपल्या जिवांना सुरक्षित ठिकाणी जन्माला घालतात, पिल्लू जन्माला आल्यावर त्यांची अशी काळजी घेत नाहीत. त्यांची पिल्लं जन्माला आल्यापासूनच स्वतंत्र जगतात.

सस्तन प्राण्यांचीच एक शाखा म्हणजे एप्स माकडं. या माकडांपासून तयार झालाय मानववंश. एप्सच्या काही टोळ्यांच्या आहारात विशेष प्रथिनयुक्त पदार्थ आले. त्या प्रथिनांमुळे त्या टोळीतल्या माकडांमध्ये बदल झाले आणि एप्सपासून माणूस निर्माण झाला. त्याच्या शरीरात बदल झाला. मेंदूतही खास बदल झाले. दृश्य बदल म्हणजे मेंदूचा आकार मोठा झाला. मेंदूची कामं कितीतरी पटीने वाढली. सर्वात महत्त्वाचा बदल म्हणजे भाषा विकसित करण्याचं सामर्थ्य माणसांत निर्माण झालं. विचार प्रगत झाले. विचारांमुळेच माणूस प्रगती करू शकला. विविध शोध त्यानं लावले. यातून माणूस इतर प्राण्यांपेक्षा वेगळाच झाला. या पुढची त्याची झेप आपल्याला माहीत आहेच.

या मुख्य तीन टप्प्यांवरच्या प्राण्यांच्या फक्त मेंदूचा विचार केला, तर डॉ. पॉल मॅक्लिन नावाच्या शास्त्रज्ञाला असं आढळून आलं की,

- सरपटणाऱ्या प्राण्यांच्या मेंदूवर प्रथिनांचे स्तर निर्माण झाले. त्यातून सस्तन प्राण्यांचा भावनिक मेंदू तयार झाला.
- तसंच भावनिक मेंदूवर प्रथिनांचे स्तर निर्माण होऊन माणसाचा बौद्धिक मेंदू तयार झाला आहे.

त्यामुळे आपण सरपटणाऱ्या मेंदूची मूळ कामं म्हणजे स्वसंरक्षण आणि प्रजोत्पादन आजही करतो. जगातले सर्व प्राणी ही कामं करतातच. त्यामुळेच एखादं जोरदार, जिवावर बेतू पाहणारं संकट आलं तर त्यातून स्वतःचा जीव कसा वाचवायचा, हे प्रत्येक जीव प्रथम बघतो. आपल्याला बाहेर, सुरक्षित कसं पडता येईल यासाठी जोरदार प्रयत्न केले जातात. तसंच काही कारणानं स्वतःला मूल होत नसेल तर वास्तविकता न स्वीकारता सर्व उपलब्ध मार्ग तपासले जातात; ते एवढ्यासाठीच. कारण प्रजोत्पादन हे मूळ कामांपैकी एक आहे.

सस्तन प्राण्यांमध्ये काही प्रमाणात भावना दिसतात. या भावना माणसाच्या

मेंदूत अधिक विकसित रूपात दिसतात. तसंच भावना व्यक्त करण्याचे विविध मार्ग त्यानं शोधून काढले आहेत. अशा पद्धतीनं माणसाचा मेंदू हा सर्वात प्रगत आहे. तो आजही स्वत:त काळानुसार नवेनवे बदल करतो आहे.

माणसाच्या मेंदूत अशी त्रिस्तरीय रचना असते. ज्या वेळेस शरीराला स्वसंरक्षणाची गरज असते, तेव्हा एकदम शक्ती वाढते. हातापायात बळ येतं, चपळता येते. मेंदू अशा वेळी दुसरा कसलाही विचार करत नाही. अशा वेळी शरीर बचावासाठी आवश्यक अशा अवयवांकडे वेगानं रक्तपुरवठा करतं.

त्याचप्रमाणे ज्या वेळी आपण आनंदात असतो, उत्साहात असतो किंवा आपल्याला राग आलेला असतो किंवा आपण अतिशय दु:खी, निराश असतो, तेव्हा रक्तपुरवठा हा भावनिक मेंदूकडे होत असतो.

जेव्हा आपण बौद्धिक काम करत असतो, लेखन, वाचन, चित्र काढणं, संगीत ऐकणं, कोणाशी गप्पा मारणं या सर्व क्रिया बौद्धिक मेंदूत चालतात. (जगातला इतर कोणताही प्राणी यात रस घेत नाही. कारण त्यांच्या मेंदूत हे फीड केलेलं नाही.) अशा वेळी रक्तपुरवठा बौद्धिक मेंदूकडे होत असतो. शरीराला जशी गरज असेल तिथे रक्तपुरवठा होत असतो.

एखादी महत्त्वाची मीटिंग चालू असताना मध्येच कोणी रागवून बोलायला लागलं तर सगळेच डिस्टर्ब होतात. याचं खरं कारण म्हणजे तिथे उपस्थित असलेल्या सगळ्यांच्या बौद्धिक मेंदूला रक्तपुरवठा होत असतो. अचानक

---

१) बौद्धिक मानवी मेंदू :

• तर्कशुद्ध विचारसरणी • अमूर्तीकरण, कल्पनाशक्ती, भाषा • माहितीपर प्रक्रिया करणे, शिकणे • आध्यात्मिक मूल्ये

२) भावनिक सस्तन प्राण्यांचा मेंदू :

• भावनानिर्मिती • सवयी आणि स्मरण शक्ती • खाणे, लैंगिक इच्छा आणि पुनर्निमिती • जिव्हाळा

३) सरपट/सरपटणाऱ्या प्राण्यांचा मेंदू :

• लढा (फाइट) किंवा पळून जाणे (फ्लाइट) प्रतिसाद • आक्रमक वृत्ती
• प्रजोत्पादन, भूक, स्वसंरक्षण
• जगण्याची तीव्र इच्छा

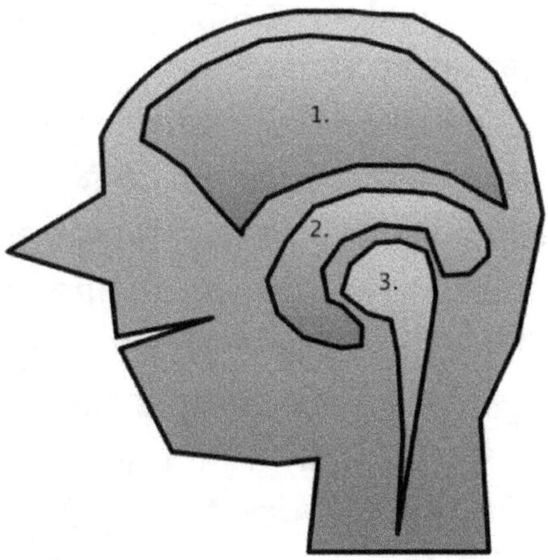

मेंदूची त्रिस्तरीय रचना (The Triune Brain)

भावनांच्या पातळीवर चर्चा उतरते. त्यामुळे रक्तपुरवठादेखील भावनिक मेंदूकडे उतरतो. यालाच 'डाऊन शिफ्टिंग' म्हणतात.

आपण असाही अनुभव घेतला असेल की सगळी मोठी माणसं बोलत असताना मध्येच एखादं छोटं बाळ आलं, तर सगळ्यांनाच छान वाटतं. मन हलकं होतं. याचंही हेच कारण आहे. फरक इतकाच की, इथे सकारात्मक भावना निर्माण होतात.

इथेच महत्त्वाच्या आणि तिसऱ्या प्रश्नाचं उत्तर आहे. आनंददायी अभ्यास म्हणजे नक्की काय? मुलं अभ्यास करत असताना त्यांना का रागवू नये?

ज्या वेळेस अभ्यास चालू असतो, त्या वेळेस रक्तपुरवठा बौद्धिक मेंदूकडे होत असतो. अशा वेळी पालक किंवा शिक्षक मुलांना रागवले- ओरडले तर मुलांचा रक्तपुरवठा खाली घसरून भावनिक मेंदूकडे होतो. कारण मोठ्यांच्या मनात रागाची भावना असते तर मुलांच्या मनात भीतीची! अशा वेळी मुलांना प्रश्नाचं योग्य उत्तर देता येणार नाही कारण रक्तपुरवठा बौद्धिक मेंदूकडे जात नाही.

पालक किंवा शिक्षक नुसतं रागवण्यावर थांबले नाहीत, त्यांनी मुलाला मारायला सुरुवात केली तर दोघांचाही रक्तपुरवठा अजून खालच्या दिशेला- म्हणजे सरपट मेंदूकडे सुरू होतो.

पालक, शिक्षक यांसारखे मोठे जीव दुसऱ्या छोट्या जिवावर चक्क हल्ला चढवत असतात; तर मूल स्वसंरक्षणाच्या पावित्र्यात असतं.

अशा डाऊन शिफ्टिंगनंतर काहीच सुचत नसतं; कारण रक्तपुरवठा. त्याचा प्रवाह बौद्धिक मेंदूकडे नसतो. अशा वेळी मेंदू दुसऱ्याला मारण्याच्या- स्वत:ला वाचवण्याच्या स्थितीत असतो. यात बौद्धिक मेंदूचं नुकसान होतं.

यासाठीच ही वेळ येऊच नये. मुलांनी सकारात्मक भावना असताना, आनंद, उत्साह असताना अभ्यासाला बसावं. पालक, शिक्षकांनी मुलांचा रक्तपुरवठा बौद्धिक मेंदूकडेच राहील, याची पूर्णत: काळजी घ्यावी. चुकून कधी अशी वेळ आलीच तर पारंपरिक पद्धत जे सांगते तसं, मनात एक, दोन, तीन म्हणावं. काही वेळात रक्तपुरवठा सरपट मेंदूकडून भावनिक मेंदूकडे आणि तिथून बौद्धिक मेंदूकडे जाईल; तरच अभ्यासाचं काही सुचेल, अन्यथा नाहीच.

इथे आनंददायी शिक्षणाचं महत्त्व आहे. केवळ शिक्षणातच नाही. माणसाला प्रत्येक कृतीतच आनंद हवा असतो. दिवसभर कामाच्या, कधी नको त्या माणसांच्या रगाड्यात, कधी रागवलेला- कातावलेला असतो तेव्हा त्याला आनंद हवा असतो. लहान मुलं तर सदैव आनंदात असतात. स्वत:ला रमवत

असतात, स्वत:शी हसत असतात, गाणी गुणगुणतात. मोकळेपणानं नाचतात. स्वत:ला खूश ठेवण्याचा प्रयत्न करत असतात. कोणी रागवलं, मारलं तर मनात नकारात्मक भावना निर्माण होतात. त्या निर्माण होतच असतात. मात्र त्या दीर्घकाळ रेंगाळू नयेत.

अखेर आपला मेंदू म्हणजे तऱ्हेतऱ्हेचं वायरिंग आहे. नकारात्मक भावनांशी जास्त वायरिंग जुळलं, म्हणजे मेंदूच्या त्या भागात जास्त न्यूरॉन जुळले, तर त्याचा परिणाम झाल्याशिवाय राहणारच नाही.

त्यापेक्षा न्यूरॉन आनंदाशी जुळावेत. आनंद ही सर्वात श्रेष्ठ अशी सकारात्मक भावना आहे. प्रेम, सुरक्षितता, आत्मीयता, आस्था या सगळ्या त्याच्याच छटा. ही भावना सर्वाधिक गरजेची असते. न्यूरॉन्सचं सर्वात जास्त वायरिंग इथे हवं. आनंदी मन आणि स्थिर बुद्धी यांचं साहचर्य हे असं आहे; अगदी जुनं- आदिम काळातलं!

■

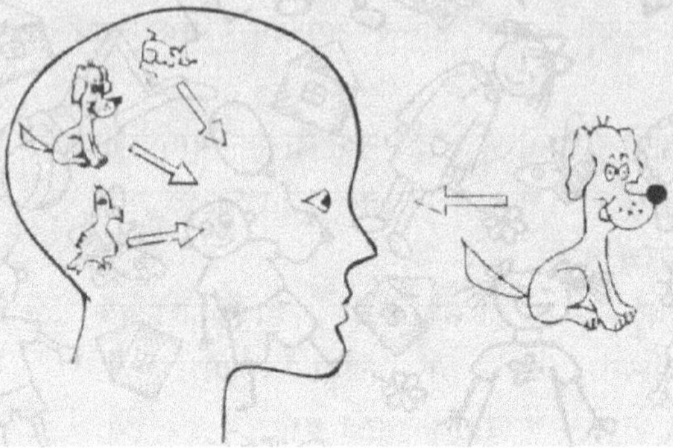

वय आणि बौद्धिक विकास

मेंदूची क्षमता अफाट असते. अनेकदा असं होतं की ही क्षमता पालकांना माहीत नसते. तिचा वापर होत नाही, म्हणून ती विरून जाते. पॅट्रिशिया कुअल यांनी एका प्रयोगातून असं दाखवून दिलं आहे की दहा महिन्यांआधीच्या वयातल्या मुलांच्या मेंदूत अनेक प्रकारचे उच्चार ओळखण्याची क्षमता असते. मात्र, ज्या उच्चारांचे प्रत्यक्ष अनुभव त्यांना मिळतात, तेच उच्चार त्यांना करता येतात. सर्व प्रकारच्या उच्चारांतला फरक ओळखण्याची ही क्षमता पुढे काही महिन्यांमध्ये संपते. ही क्षमता नैसर्गिक असते आणि ती संधीची वाट पाहत असते. संधी मिळाली नाही तर ती क्षमता संपते. पुढे प्रौढपणी त्यासाठी प्रयत्न करायचे झाल्यास थोडी जास्त मेहनत घ्यावी लागते.

त्यांनी हा प्रयोग जपानी मुलांवर केला. जपानी भाषेत ल आणि र याच्या उच्चारात फरक करत नाहीत. मात्र, जपानी मुलांच्या मेंदूवर प्रयोग केले तेव्हा यातून असा निष्कर्ष निघाला की वास्तविक नवजात बालक हा फरक ओळखू शकतं. परंतु त्याला तसे अनुभव मिळत नाहीत. म्हणून ही क्षमता पुढे विरून जाते. काही क्षमता मात्र मुलांमध्ये आधी नसतात. हळूहळू, वयानुसार त्या निर्माण होतात.

'अरे, नऊ वाजत आले, चल आटप. खेळू नकोस आता. शाळेत जायचंय.', या वाक्यातल्या बाकी गोष्टी चार वर्षांच्या मुलाला समजतील. पण 'नऊ वाजत आले', हे त्याला कळणार नाही. या नऊ वाजण्याचा संबंध घड्याळाशी आहे, एवढंच त्याला मोठ्यांच्या अनुकरणातून माहीत असतं.

वेळ ही संकल्पना चार वर्षांच्या मुलामुलींना कळत नाही, कारण ती अमूर्त संकल्पना आहे. जे दिसतं, स्पर्शानं अनुभवता येतं, त्यावर हे वय विश्वास ठेवतं.

या वयातल्या मुलांना गोष्ट वाचून दाखवायची ठरवली, त्यासाठी मोठं, छान चित्रांचं पुस्तक वापरलं, तर त्यातली चित्रं बघायला मुलांना आवडतं. गोष्ट ऐकत असताना चित्रांकडे खूप लक्ष असतं. गोष्टीनुसार चित्रं पुढे सरकत गेली तर त्यांना ते योग्य वाटतं. पण मध्येच एखादं चित्र गाळलं असेल, तर 'याचं चित्र कुठंय?' असं ते विचारतात. किंवा एखाद्या चित्रात पोपट पाठमोरा काढला असेल आणि त्याची चोच दिसत नसेल तर 'असा कसा हा पोपट?' असं विचारतात. तो पोपटच आहे, यावर त्यांचा विश्वास बसत नाही. पोपटाचं आधी बघितलेलं चित्र आणि हे नवीन चित्र यांची सुरुवातीला त्यांना सांगड घालता येत नाही.

ज्या मुलांच्या घरात बघायलाही पुस्तक नसतं, त्यांच्यासाठी मात्र हा सगळा प्रवासच अवघड असतो. अमूर्त संकल्पनांशीदेखील फारसा परिचय नसतो. चित्रं, रंग, खडू, पाटी-पेन्सिल याची ओळख नसते. गोष्टी, कविता, बडबडगीतं माहितीचीच नसतात. वेळेअभावी पालकांच्या प्रेमाचा स्पर्शही मिळत नाही, अशी मुलं बालवाडीत किंवा थेट पहिलीत शाळेत येतात. अशाच एका मुलीनं मोराचं चित्र कधी पाहिलेलं नव्हतं. सिनेमाची गाणी माहीत होती, पण सोपी बालगीतं माहीत नव्हती.

एखाद्या खेळण्यासाठी / वस्तूसाठी मूल हट्ट करत असेल, तर आपण ते खेळणं 'भुर्र, काऊनं नेलं', असं सहजपणे म्हणून त्यांना फसवू शकायचो. कारण समोरची वस्तू दिसेनाशी झाली की त्यांच्या दृष्टीनं त्या वस्तूचं अस्तित्व संपलं. 'जाऊ दे! काऊनं नेली तर...', असा सरळसाधा विचार असायचा; पण वय वाढल्यावर असं फसवलेलं चालत नाही. काऊ आलाच नाही, तर तो खेळणं नेईल कसा, हा विचार मुलं करू शकतात. ती वस्तू नक्की कुठं लपवली आहे, याचा तर्क करतात आणि वस्तू स्वतःच शोधून काढतात.

दोन वर्षांच्या मुलांना एखादी वस्तू दिसली / अदृश्य झाली, हा खेळ मजेशीर वाटतो. पडद्याच्या आड लपायचं आणि एकदम बाहेर यायचं आणि मग खिदळायचं- हा खेळ कितीही वेळ खेळता येतो. पण आपण पडद्यामागून बाहेर

यायला एखादा मिनिट जरी जास्त लावला तरी मुलं एकदम कावरीबावरी होतात. आपल्याला शोधायला निघतात. म्हणूनच या वयात आई बाथरूममध्ये गेली की मुलांना सहन होत नाही. ती जोरजोरात रडायला लागतात. कारण खरोखरीच ती अदृश्य झाली असं त्यांना वाटत असतं. त्याचं दुःख मनात असतं.

मात्र जसजसा त्यांचा शारीरिक-मानसिक विकास होतो, तसं त्यांना हे कळायला लागतं की आई अदृश्य झाली तरी परत दिसणार आहे. तीन-चार वर्षांची मुलं आईबाबा दिसल्यावर एवढा आनंद व्यक्त करतात, कारण त्यांना 'चला, हे परत दिसले,' याचं खूपच, अगदी मनातून बरं वाटलेलं असतं. आश्वासक वाटलेलं असतं. तसंच 'बाबा, लवकर घरी या,' असं जेव्हा मूल सांगत असतं, तेव्हा ते खरोखरच कळकळीनं सांगत असतं. आपण मोठी माणसं जशी सहजपणानं 'अच्छा, परत भेटू' असं म्हणतो, तसं ते नसतं. तर 'मला तुम्हांला परत, लवकर बघायचंय' अशी तीव्र अपेक्षा असते.

बालवाडीत जातानाही मुलं रडतात, त्यामागे 'हे माझं घर नाही, मला इथे सुरक्षित वाटत नाही. माझे लाडके आईबाबा, आजीआजोबा इथे नाहीत,' ही चिंता दाटून येते. असुरक्षित वाटण्यामुळे आक्रोश केला जातो. आपल्याला घरच्यांनी इथे सोडलं तरी पुन्हा नक्की घरी जायला मिळतं, हे काही दिवसांनी कळतं. हळूहळू काही दिवसांनी याची सवय होते. सुरक्षितता जाणवल्यावर मूल शांत होतं. मग ते तिथल्या गमतीजमतीत रस घेऊ लागतं. मात्र त्याला तिथे गंमत वाटली पाहिजे. आपल्यालादेखील कुठल्याही नव्या ठिकाणी जाताना थोडी धाकधूक मनात असतेच. पण आपण त्यावर मात करतो. लहानपणी मात्र या सगळ्याच भावना तीव्र असतात. आनंद, दुःख, भीती व्यक्त करणं - सगळंच जाहीर. वय वाढतं तसं मुलांना या गोष्टी कळतात.

प्रत्येक मूल स्वतंत्रपणे वाढतं, त्यांना त्यांचं मन असतं, स्वतंत्र विचारक्षमता असते. एखाद्या घटनेकडे बघण्याची त्यांची स्वतंत्र दृष्टी हळूहळू विकसित होत असते. मुलांची स्वतंत्र विश्लेषणक्षमता ही त्यांच्या वयावर अवलंबून असते, असं पहिल्यांदा सांगणारा मानसशास्त्रज्ञ म्हणजे जीन पियाजे. छोट्या मुलांकडे त्यानं एका वेगळ्याच नजरेनं बघितलं. मुलं मोठी कशी होतात? ती बुद्धिमान कधी होतात? ती एकेक गोष्ट कशी आत्मसात करतात? त्यांच्या समोर असलेले छोटेछोटे प्रश्न ते कसे सोडवतात? समजा, आज त्यांनी एखादा प्रश्न सोडवला. सहा महिन्यांनी तोच प्रश्न त्यांना विचारला, तर त्यांचं उत्तर पूर्वीचंच असेल, की त्यात काही बदल झालेला असेल? मुलं तोच प्रश्न वेगवेगळ्या बाजूंनी विचार

करून सोडवतात? असे असंख्य प्रश्न त्यांना पडले. त्यांनी घरातच या प्रश्नांची उत्तरं मिळवली.

पियाजे यांनी केलेले हे प्रयोग अतिशय इंटरेस्टिंग आहेत. आपल्याला आपल्या घरातली मुलं समजून घेताना पियाजे यांनी केलेले गमतीशीर प्रयोग आणि त्यातून काढलेले निष्कर्ष यांची निश्चितच मदत होते.

पियाजे आपल्या घरातल्या मुलांना काही प्रश्न विचारायचे. अगदी साधेसुधे वाटणारे प्रश्न. उदाहरणार्थ, ढग कशापासून बनले आहेत, असं तुला वाटतं?

मुलं जे उत्तर देतील, ते लिहून ठेवायचे. कधी मुलं म्हणायची, कापसापासून. कधी म्हणायची, पांढऱ्या रंगापासून. त्यांचं जे उत्तर असेल ते स्वीकारून ते नोंदवायचे. त्यांनी मुलांना कधीही उलट शिकवलं नाही, किंवा उत्तर चूक आहे असंही कधी म्हटलं नाही.

कधी ते मुलांसमोर दोन भांडी ठेवायचे. लहान भांड्यात जास्त पाणी आणि मोठ्या भांड्यात कमी पाणी भरलेलं असायचं. मग ते विचारायचे की यातल्या कोणत्या भांड्यात जास्त पाणी आहे, असं तुला वाटतं?

लहान मुलं मोठ्या भांड्यात जास्त पाणी आहे, असं सांगायची.

मुलांचं उत्तर चुकलं याचा अर्थ त्यांना बुद्धी नाही, असं नाही. कारण वय लहान असलं तरी मुलांनी काही ना काही तर्क केलेला आहे, विचार केलेला आहे. मात्र, त्यांनी दिलेलं उत्तर हे त्यांचं वय आणि मन यावर अवलंबून आहे, असं त्यांनी मांडलं.

अशाच प्रकारचे साधेसोपे प्रश्न त्यांनी मुलांना काही वर्षं सतत विचारले. सर्व उत्तरं नोंदवली. उत्तरांचा क्रम अभ्यासल्यावर त्यांच्या लक्षात आलं की प्रश्नाचं योग्य उत्तर कधी येतं? तर जसजसं वय वाढतं, तसतशी तार्किक क्षमता वाढते. त्यामुळे मुलं योग्य उत्तराकडे जातात.

अशाच प्रकारच्या प्रश्नांमधून आणि त्यांच्या उत्तरांमधून मुलांच्या मनाची जडणघडण लक्षात यायला लागली. यातूनच त्यांनी 'बायोलॉजिकल थिअरी ऑफ नॉलेज' (Biological Theory of Knowledge) हा सिद्धान्त मांडला. या विचारप्रवाहाला पियाजे यांनी 'जेनेटिक एपिस्टेमॉलॉजी' (Genetic Epistemology) असं म्हटलं आहे. मुलांना आसपासच्या वातावरणातून जी काही माहिती मिळते, त्या माहितीचा मुलं मानसिक स्तरावर कसा विचार करतात, याच्या चार पायऱ्या त्यांनी मांडल्या आहेत. सर्वात आधीची अवस्था म्हणजे ० ते २ हा वयोगट. या संवेदनकारक अवस्थेत मुलं आधी स्वत:ला जाणून

घेत असतात. आसपासच्या जगाचा अर्थ लावत असतात. त्यांचा या वयातला बुद्धिविकास कसा होतो, त्यावर पुढील पायरीचा बुद्धिविकास कसा होईल, हे अवलंबून असतं.

पियाजे यांनी मुलांकडे बघण्याची दृष्टीच बदलवली. बालमानसशास्त्रात त्यांचं नाव अतिशय आदरानं घेतलं जातं. त्यांनी अजून एक खूप महत्त्वाचं वाक्य सांगितलं आहे. ते म्हणजे लहान मूल म्हणजे मोठ्यांची छोटी प्रतिकृती नसतं. त्याची वाढ आणि विकास हा स्वतंत्र विषय आहे. त्याला 'कोणासारखं तरी घडवण्याची' गरज नसते.... म्हणूनच हे लक्षात घ्यायला हवं की मातीच्या गोळ्याचा आपला आवडता सिद्धान्त बाजूलाच ठेवायला हवा.

मुलांचं वय जसजसं वाढतं, तसतशा काही क्षमता त्यांच्यात आपोआप येतात. त्यासाठी स्वत:ला त्रास करून घेण्याची आणि मुलांना त्रास देण्याची फारशी गरज नसते. वय वाढेल, तसे आपल्या विचारांत अनेक बदल होत असतात. वय वर्ष शून्य ते साधारणपणे १४-१५ या काळात होणाऱ्या विचारांचे टप्पे पियाजे यांनी दाखवून दिले. मुलांच्या आकलनात कसकसा बदल होत जातो, हे त्यांनी सांगितलं. मात्र यातही आर्थिक आणि सामाजिक वंचिततेचा विचार करावाच लागतो.

- चार वर्षांच्या मुलाला वेळ कळणार नाही, पण नऊ वर्षांच्या मुलांना नक्की समजते.
- पक्षी-प्राण्याचं चित्र या वयातल्या सधन वर्गातल्या मुलामुलीला ओळखता येईल, पण त्याच वयाच्या कनिष्ठवर्गीय मुलामुलीला ओळखता येईलच असं नाही. इथे बुद्धी कमीजास्त असते, असं अजिबात नाही. प्रश्न शैक्षणिक अनुभवांचा असतो, मिळालेल्या संधीचा असतो.
- आपण चार वर्षांचे आहोत, म्हणजे नक्की काय, हे या वयातल्या मुलांना समजणार नाही.
- लांबी-रुंदी, वेळ हे समजणं शक्य नाही. कारण अमूर्त संकल्पना या वयात करता येत नाहीत. प्रत्यक्ष दिसणाऱ्या म्हणजे मूर्त वस्तूच मूल मनानं, बुद्धीनं स्वीकारतं.

उदाहरणार्थ, ए बी सी डी किंवा अ आ इ ई हे मूल पाठ करतं, तेव्हा त्याचा काहीही अर्थबोध झालेला नसतो. अगदी ए फॉर अपल, बी फॉर बॅट असं मुलांनी मोठ्या झोकात म्हणून दाखवलं तरी ते पाठांतराच्या जोरावर. ते बुद्धीनं स्वीकारलेलं नसतं. चित्र आणि अक्षर यांचं साधर्म्य त्यांनी लक्षात ठेवलेलं असतं.

पहिलीत जाण्याच्या आधी मुलाखतीत याची परीक्षा घेतली जात असेल तर ती पाठांतराची परीक्षा आहे; बुद्धीची, आकलनाची नाही. १ ते १०० किंवा वन टू हन्ड्रेड पाठ केलं आणि म्हणून दाखवलं म्हणजे १ ते १०० या संकल्पना समजल्या असं होत नाही. चार-पाच वर्षांच्या मुलांना एखाद्या वस्तूची मोजणी करायला सांगितली तर ते किती वस्तू मोजू शकतात? ४५ म्हणजे नक्की किती, हे त्यांना समजतं का? याचाच अर्थ पहिलीत प्रवेश देताना शाळा आकलनावर भर देते की पाठांतरावर, याची परीक्षा पालकही करू शकतात.

शारीरिक वाढ जसजशी होत जाईल, तसतसा बुद्धीचा विकास होतो हे पटलं की त्यातून अनेक गोष्टी आपोआप उलगडतात. या वयात मुलांच्या बुद्धीचा विकास वेगवेगळ्या क्षेत्रात होत असतो. जसं, भाषिक विकास अतिशय झपाट्यानं होत असतो. शब्दसंपत्तीत वाढ होते. कागद घेऊन रेघोट्या मारणं, हळूहळू त्या रेघोट्यांमधून सुंदर आकार काढणं, दाखवलेलं चित्र समजून घेणं, बघून नाच करायचा प्रयत्न करणं अशा अनेक अंगांनी बुद्धीचा विकास होत असतो. ही भावी बौद्धिक आयुष्याची सुरुवात असते. या पहिल्या पायरीवरून त्याला आत्मविश्वासपूर्वक पुढे जायचं बळ मिळतं. मुलं अनुकरणातून शिकत असतातच. मात्र, त्याच्या जोडीला औपचारिक शिक्षणही सुरू झालेलं असतं. शाळेत आणि शाळेबाहेरही भरपूर गोष्टी शिकायला वाव असतो. शाळेला सुट्टी म्हणजे मेंदूतल्या शिकण्याच्या पेशींनाही सुट्टी असं नसतं. या पेशींचा म्हणजे न्यूरॉन्सचा शाळेशी काही संबंध नाही. संबंध शिकण्याशी आहे. दर क्षणाला मेंदूला नव्या गोष्टी हव्या असतात. जे येत आहे, तेच करत बसण्यात मेंदू समाधानी नसतो. म्हणूनच त्यांना खाद्य पुरवायला हवं. मात्र, त्यात सक्ती-जबरदस्ती नसावी.

या वयात त्याच्यावर अशक्य असा अभ्यास लादला तर त्याचं काय होत असेल, याचा विचार आपण करू शकतो. १ ते १०० म्हणायला चुकले तर त्याला पालक रागवतात. एफ फॉर एलिफंट सांगितलं तर धपाटा बसतो. त्याला त्याच्या चुकीबद्दल शिक्षा करणं ही केवळ त्या चुकीवर फुली नाही, तर त्याच्या आत्मविश्वासालाच मारलेली फुली आहे. ही त्याची चूक आहे की त्याला / तिला पुरेसा बौद्धिक विकास व्हायच्या आधी अघोरी अभ्यासात ढकलणाऱ्या मोठ्यांची चूक आहे?

■

भावनांच्या विश्वात

लहान मुलं नेहमीच आनंदात असतात आणि आनंदात राहायचा प्रयत्न करत असतात. मुलं एवढी आनंदी कशी काय राहू शकतात, याचं कित्येकदा आश्चर्यही वाटतं. कुठं दुखलं-खुपलं, भूक लागली, कोणी रागवलं की रडायचं; तेही तेवढ्यापुरतंच. सात-आठ महिन्यांच्या बाळाशी थोडा आवाज चढवून बोललं, खोटं रागवलं की ते लगेच ओठ काढतं, त्याचा चेहरा कावराबावरा होतो. ज्यांना बोलता येऊ लागलं आहे अशी मुलं आपल्याला काय हवंय हे सांगून मोकळी होतात. त्यांना रडण्याची गरज पडत नाही. मुलं रडतात कधी? जेव्हा त्यांना आनंद होईल अशी एखादी कृती पालक करू देत नाहीत तेव्हा. त्यांना हवी असलेली वस्तू आणून देत नाहीत तेव्हा. कारण मुलं कायमच आनंदाच्या शोधात असतात. आनंदात असतात म्हणून आरामात असतात का, तर मुळीच नाही. सतत कोणत्या तरी कामात असतात.

आपापलं काम करत राहणं, शिकत राहणं हे मूल करत राहतं. कारण जन्म झाल्या क्षणापासूनच न्यूरॉन पेशींनी काम सुरू केलेलं असतं.

मोठ्या, वयानं वाढलेल्या माणसांपेक्षा लहान मुलं खूप

हसतात. खळखळून हसतात. आत्ता हसावं की नाही, किती हसावं, असा विचार ते करत नाहीत. तसंच रडण्याचंही. एखाद्या गोष्टीचा त्रास झाला की मोकळेपणानं रडतात. कुठलीही भीडभाड न ठेवता रडतात. मनात आलेली कुठलीही भावना त्यांना खुलेआम व्यक्त करायची असते. भावना ही माणसाच्या मनातली अतिशय मूलभूत गोष्ट आहे. मात्र, त्यावर नियंत्रण राखायचं असतं-राखावं लागतं, हे मुलं हळूहळू शिकतात.

आपल्या भावना, त्यांची हाताळणी, त्यांची खोली, मेंदूतलं भावनांचं स्थान या विषयावर सध्या संशोधन होत आहे. मेंदूशास्त्रज्ञांनी केलेल्या संशोधनांतून असं सिद्ध झालं आहे, की आपल्या भावना आणि स्मरण यांचा जवळचा संबंध असतो. याला कारणीभूत आहे, आपल्या मेंदूतला अमिग्डाला हा भाग. यालाच लिंबिक सिस्टिम असंही म्हणतात. हा भाग भावनांचं नियंत्रण करतो.

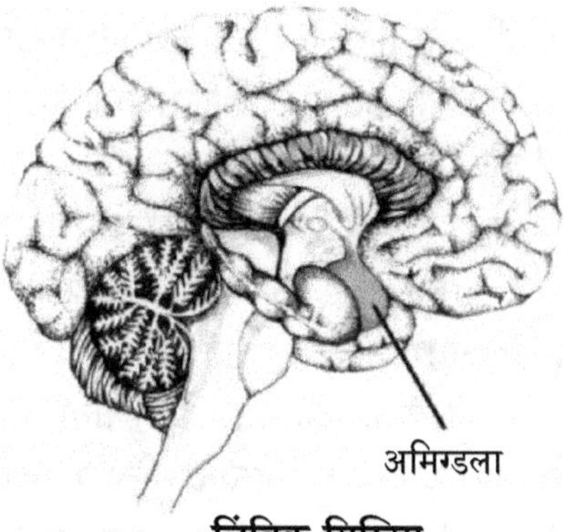

लिंबिक सिस्टिम

भावनांचा स्मृतींशी फार जवळचा संबंध आहे. आपल्या आठवणींमध्ये अनेक घटना असतात. आपल्याशी चांगल्या वागणाऱ्या व्यक्ती असतात, तसंच वाईट वागलेल्याही व्यक्ती असतात. खास आवडीच्या वस्तू असतात. कोणाकोणाचे उद्‌गार असतात. अशा खूप साऱ्या, अमर्यादित गोष्टींचा खजिनाच असतो. मात्र, आठवून बघितलं तर असं लक्षात येईल की कोणत्या गोष्टी अतिशय चांगल्या प्रकारे लक्षात राहिल्या आहेत? ज्या घटनांमध्ये आपल्या भावना गुंतलेल्या असतात, अशा घटना आठवणीत राहण्याचं प्रमाण जास्त असतं. कधी या भावना सुखद असतील तर कधी दु:खद असतील. मात्र भावना गुंतलेल्या असल्या की त्या पटकन स्मरणात जातात. चांगल्याच लक्षात राहतात.

हार्वर्ड विद्यापीठात संशोधक स्टीव्ह कोसलिन यांच्या गटानं एक प्रयोग केला होता. या प्रयोगात एका गटाला काही चित्रपट दाखवले. चित्रपट दाखवताना त्यांच्यापैकी प्रत्येकाच्या मेंदूचं स्कॅनिंग केलं. ज्या वेळेला त्यांना भावनाप्रधान चित्रपट दाखवले, तेव्हा अमिग्डाला हा भाग कार्यरत होता, असं दिसून आलं. मात्र, जेव्हा भावनांचं विशेष प्रदर्शन नसलेले चित्रपट दाखवले, तेव्हा हा भाग पूर्णांशानं कार्यरत झाला नाही, असं आढळलं. या प्रयोगातला दुसरा आणि आपल्या दृष्टीनं महत्त्वाचा भाग म्हणजे या चित्रपटांवर जेव्हा प्रश्न विचारले तेव्हा पहिल्या, भावनाप्रधान चित्रपटांमधले प्रसंग जास्त तीव्रतेनं लक्षात राहिले होते; तर दुसऱ्या चित्रपटांमधली दृश्यं नीट आठवत नव्हती. म्हणजेच कोणत्याही विषयात भावनांना महत्त्व दिलं की स्मरण चांगलं होतं.

इथे एक गोष्ट लक्षात घ्यायला हवी, की भावना नेहमीच आनंददायी असतात असं नाही. भावनांना कितीतरी सूक्ष्म छटा असतात. त्या सकारात्मक असतात, तशा नकारात्मकही असतात. विशेषत: लहान मुलांची जडणघडण होत असते, मुलं शिकत असतात तेव्हा ही गोष्ट नीट लक्षात घ्यायला हवी.

अमिग्डाला हे सर्व प्रकारच्या भावनांचं केंद्र आहे, हे तर खरंच. आनंदाचं हे केंद्र आहे, तसंच भीतीचंही हेच केंद्र आहे. विशेषत: जन्माला आल्यापासून विविध प्रकारच्या भीतींची सवय करून घेणं आणि योग्य वेळेला भीतीच्या संदर्भात आलेल्या आधीच्या अनुभवांची जाणीव करून देणं हेही याचंच काम. उदाहरणार्थ, चटका बसला की वेदना होतात, हे मुलांना आधी माहीत नसतं. एकदा चटका बसला की मनात भीतीची भावना निर्माण होते, पुढच्या वेळेला चटका बसण्यासारखी परिस्थिती निर्माण झाली की आधीच 'इथं हात लावायचा नाही, चटका बसून वेदना होतात...', ही पूर्वसूचना मेंदू देतो. हात आपोआपच मागे घेतला जातो. अशा पद्धतीनं मूल एकेका गोष्टीला घाबरायला शिकतं.

शाळेत शिकत असताना मुलांना कोणत्या प्रकारचे अनुभव मिळतात, यावर त्यांचा तिथला प्रतिसाद अवलंबून असतो. घरात किंवा शाळेत अभ्यास करताना सुरुवातीच्या काळात बोलणी खाणं, अपमान, मार असे अनुभव मिळाले तर मूल अभ्यास टाळायला लागतं. अभ्यासाशी जोडल्या गेलेल्या दु:खद भावनाच स्मरणात राहतात. आईच्या हातात वही, पुस्तक बघितलं की मुलं पळ काढतात. रागवणारे - मारणारे शिक्षक बघितले की पळ काढता येत नाही; पण टाळाटाळ, लक्ष न देणं हे सुरू होतं. त्यातून शिक्षा व्हायला लागली तर प्रश्न सुटण्याऐवजी वाढतो. शिक्षा म्हणून एखादा गृहपाठ पुन्हा करायला सांगितला तर त्या गृहपाठातला

मजकूर लक्षात राहत नाही, त्याऐवजी अशी शिक्षा झाली म्हणून झालेली धुसफूस लक्षात राहते.

ज्या मुलांच्या शालेय जीवनात असे शिक्षक, अपमानित करणाऱ्या शिक्षा, कमी गुण, सततचं अपयश, पालकांची सततची बोलणी असं सगळंच असेल, त्यांची शिक्षणाविषयी एकूण गोळाबेरीज दु:खी भावनांभोवती एकवटली जाते. म्हणून फारच पक्केपणानं स्मरणात जाते.

त्याउलट शाळेच्या सुरुवातीच्या वर्षांत लहानग्या मुलांना शिक्षकांबद्दल प्रेमाची भावना असते, ती त्यांना व्यक्त करायची असते. त्यामुळे या वर्गात मुलं शिक्षकांच्या आसपास घुटमळताना दिसतात. शिक्षकाचा साधा हसरा चेहराही वातावरणात बदल घडवून आणू शकतो. हसरे, विनोद सांगणारे, न रागवणारे शिक्षक मुलांना आवडतात. गोष्टी सांगणारे शिक्षक लोकप्रिय असतात, याचं कारण हेच आहे. गोष्टींमध्ये भावना असतात. त्या रूक्ष अभ्यासामध्ये नसतात. त्यातली रूक्षता काढून टाकून असा अभ्यासही रंजक करणारे शिक्षक सर्व शाळांमध्ये असतात. तेच लोकप्रिय असतात. शिकताना नकारात्मक अनुभव येणं हे शालेय जीवनासाठी तर घातक असतंच; पण एकूण पुढच्या आयुष्यासाठीसुद्धा!

आनंददायी शिक्षण असा वाक्यप्रयोग हल्ली अनेकदा केला जातो. कारण एखादी नवीन गोष्ट शिकताना ती आनंदानं शिकली तर जास्त परिणामकारक पद्धतीनं लक्षात राहते. मुलांनी आनंदात शिकलं पाहिजे, असं शिक्षणतज्ज्ञ सांगतात. मुलांना मारा, रागवा आणि शिकवा असं कोणीही म्हणत नाही.

शिकण्याच्या एकेक अनुभवात आनंदच असायला हवा. हे अनुभव चांगल्या पद्धतीनं लक्षात राहतात. शिक्षकांनी दिलेली शाबासकी, शाळेच्या काचफलकात लावलेला निबंध, मुद्दाम घेतलेलं नाव या जाणिवा सुखद असतात. स्वत:च्या प्रयत्नाने जमलेलं गणित, उत्तम काढलेलं चित्र, चटकन पाठ झालेली कविता याचा आनंद होतो. या आनंदाचे अनुभव वारंवार मिळायला हवेत. अशा आनंदी भावना अनुभवांशी जोडलेल्या असल्या की लक्ष आपोआप लागतं. लक्ष दिलं की लक्षातही राहतं. म्हणून मुलांनी चांगलं शिकावं अशी इच्छा असेल तर स्मृतींभोवती सुखद, उत्साहित करणाऱ्या भावनांची गुंफण हवी.

भावना ही माणसाला मिळालेली एक वेगळ्या प्रकारची देणगी आहे. भावनांचं बुद्धीशी वैर नसतं. उलट भावनांमध्ये गुंतली की बुद्धी योग्य प्रकारचे निर्णय घेऊ शकते. त्यालाच भावनिक बुद्धिमत्ता असं म्हणतात. डॅनिअल गोलमन यांनी या बुद्धिमत्तेची मांडणी केली आहे.

इमोशनल इंटेलिजन्स या पुस्तकात गोलमन म्हणतात, की माणूस हा भावनेच्या भरात काहीही करू शकतो. बुद्धिमान समजल्या गेलेल्या माणसांच्या हातूनही भावनिक चुका होतात. अशा चुका यशाचं रूपांतर अपयशात करू शकतात. म्हणून आपल्या भावना हुशारीनं, बुद्धीच्या साहाय्यानं हाताळल्या पाहिजेत. आपल्याला हव्या त्या पद्धतीनं भावनांचं नियमन करता येतं. त्यासाठी थोडे प्रयत्न करावे लागतात; पण ते जमू शकतं. ज्यांना भावनांचं नियमन चांगल्या प्रकारे करता येऊ शकतं, ती माणसं आयुष्यात यशस्वी होतात; मग त्यांचा IQ काहीही असो! आपण आपल्या भावना हाताळण्यात कितपत यशस्वी होतो, हे सांगण्यासाठी त्यांनी इमोशनल कोशंट टेस्ट सांगितली आहे. त्यानुसार आपला इमोशनल कोशंट म्हणजे भावनिक बुद्ध्यंक काढता येतो. तो वाढवताही येतो. गोलमन यांच्या मते, आपल्या योग्य भावना, योग्य वेळी, योग्य ठिकाणी, योग्य माणसापर्यंत पोहोचवता येणं यात भावनिक बुद्धिमत्ता मदत करेल. योग्य प्रयत्नानं, स्वतःला भावनिकदृष्ट्या समर्थ करता येतं. आपल्या नकारात्मक भावनांवर मात करून सकारात्मक भावना वाढवता आल्या की व्यक्ती जीवनात यशस्वी होते. म्हणून ते म्हणतात, केवळ बुद्ध्यंकाला काहीच महत्त्व नाही. जीवनात यशस्वी व्हायचं असेल तर आपला भावनांक महत्त्वाचा आहे. बुद्ध्यंक वरच्या पातळीवर असेल, परंतु भावनांक कमी असेल तर अशांचं जीवनात यशस्वी होण्याचं प्रमाण कमी असतं. परीक्षेत मिळणारे गुण आणि आयुष्यात मिळणारं यश यांचा संबंध नेहमीच सकारात्मक असतो का, हे विचारात घ्यायला हवं.

■

मुलांनी खेळलं नाही तर...

आपण एकूण आयुष्यात सर्वात जास्त कधी खेळतो? तर ते बालपणात! याला अपवाद अर्थातच खेळाडूंचा. विविध खेळ खेळणारे खेळाडू हे केवळ लहानपणातच नाही; तर बराच काळ खेळ खेळत असतात. तसंच, व्यायाम, आवड, छंद म्हणूनही काही जण खेळ चालू ठेवतात. मात्र, हे मान्य करायला हवं की जेवढं आपण लहान वयात खेळतो, तेवढा वेळ, तेवढ्या आनंदाने, आसुसून मोठ्या वयात खेळ खेळत नाही. पण प्रश्न असा आहे की आजची छोटी मुलं भरपूर खेळतात का? त्यांना खेळायला मित्रमंडळी आणि मोकळी जागा असते का? मुलांना खेळण्याची सोय नसल्यामुळे, घरातच ठेवल्यामुळे त्यांच्यावर काय परिणाम होतो?

'खेळणं' या मुलांच्या नैसर्गिक गरजेला मोठ्यांच्या जगात काय स्थान आहे? आज जी मोठी माणसं आहेत, त्यांना त्यांच्या लहानपणी खेळायला मिळालं असेल कदाचित. पण आजच्या लहान मुलांचं काय? दरवर्षी उन्हाळ्याच्या सुट्टीत मोठ्यांचे लेख छापून येतात की त्यांच्या लहानपणची सुट्टी कशी होती! ते कसे झाडांवर सूरपारंब्या खेळायचे, नदीत - विहिरीत पोहायला जायचे, टेकडीवर फिरायला जायचे अशी

वर्णनं त्यात असतात. केवळ त्या वर्णनांवर मुलांनी समाधान मानावं, अशी सध्या परिस्थिती आहे. सुट्टीत फिरायला, सहलीला, कॅम्पला गेलं तर ही मजा थोड्या काळासाठी अनुभवायला मिळते; नेहमीसाठी नाहीच.

गावाकडे मोकळी जागा असते. मुलं खेळतातही; पण टीव्हीचं आकर्षण बरंच आहे. त्यामुळे छानशा संध्याकाळीसुद्धा मुलं टीव्हीवर कार्टून बघत असतात; नाहीतर ट्यूशनला गेलेली असतात. या सगळ्या परिस्थितीमुळे मुलांच्या खेळण्यावर विपरीत परिणाम झाला आहे, त्याचे दुष्परिणाम आहारावर झाले आहेत. आरोग्याच्या समस्याही पूर्वीपेक्षा जास्त असतात. वर्तनसमस्यांचे प्रमाण तर खूपच वाढले आहे.

बालपणाचं महत्त्वाचं वैशिष्ट्य समजल्या गेलेल्या या नैसर्गिक घडामोडींवर आता बरीच बंधनं येत आहेत. बऱ्याच वर्षांपूर्वी 'खेळायचं कुठे?', हा प्रश्नच मुलांसमोर नव्हता. भरपूर वेळ होता, मोकळी जागा उपलब्ध होती. धावणं, पळणं, लंगडी, खो-खो, विटीदांडू असले भरपूर हालचालींचे खेळ खेळले जायचे. आता मुलांच्या विश्वातून खेळ कमी झाला. मुलांचा खेळ कमी व्हायला टीव्ही, कॉम्प्युटर गेम्स आणि अतिशय वाढलेला अभ्यास या गोष्टींना जबाबदार धरलं जातं. खेळायच्या जागा कमी झाल्यात हेही याचं एक महत्त्वाचं कारण आहे. मुलांना आता खेळायला जागा नसते. सोसायटीच्या पार्किंगमध्ये, टेरेसवर, कोणाच्या घरी खेळणं हे त्यातल्या त्यात करायचे उपाय आहेत; पण सोसायटीच्या पार्किंगमध्ये तूटफूट होऊ शकते. शिवाय मुलांच्या आवाजाचा त्रास होतो, या कारणासाठी त्या ठिकाणी खेळणं शक्य होत नाही. टेरेस आणि कोणाचं घर या जागा मैदानाला पर्याय ठरू शकत नाहीत.

मोकळी मैदानं राहिली नाहीत, हा शहराच्या आरोग्याच्या दृष्टीनं आघात आहे. लहान मुलांच्या दृष्टीनं तर ही धोकादायक परिस्थिती म्हणावी लागेल. जागेच्या हव्यासापोटी अख्ख्या पिढीसमोर प्रश्न निर्माण होत आहेत याची दखल घ्यायलाच हवी. वास्तविक पाहता, मोकळेपणानं खेळणं हे स्वस्तातलं काम होतं. जवळजवळ फुकटच. 'आम्हांला मनसोक्त खेळू द्या,' हेच तर मुलं मागतात. भरपूर पैसे भरून खेळाचं प्रशिक्षण एक वेळ मिळू शकेल; पण मोकळं खेळायला आज शहरात मैदानं नाहीत, कुठेही मोकळी जागा नाही. एखादी जागा असली तरी चांगलं, भरपूर पैशाचं प्रपोजल आलं की त्या जागेवरून मुलांना हटवलं जातं. गेल्या काही वर्षांत आसपासच्या परिसराकडे नजर टाकली तरी छोटीमोठी मैदानं नाहीशी होताना दिसतात. बघता बघता त्या जागेवर मोठ्यांचा कब्जा

होतो. त्या मैदानावर जी मुलं आधी एकत्र यायची, खेळायची, ती आता कुठं खेळतात? घरी टीव्हीसमोर बसून मोठ्यांच्या नजरेतून दुनिया बघतात. ही मुलं मग खेळतच नाहीत का? मैदानंच नाहीत तर खेळणार कुठे?

जागा रिकामी दिसली की त्यावर बिल्डर्स आणि त्यासारख्या अनेकांचा व्यावसायिक डोळा असतो. बिल्डर्स इतरांना जागेच्या बदल्यात पर्याय म्हणून जागा देऊ शकतात. पण मुलांना खेळण्यासाठी मोकळं मैदान नाहीच देऊ शकत. कुठून देणार? त्यामुळे निदान जी आहेत ती मैदानं तरी वाचवलीच पाहिजे. शासन मैदान निर्माण करू शकत नसेल तर निदान अस्तित्वात असलेल्या मैदानांना संरक्षण आणि शक्य तेवढ्या सुविधा तरी शासनानं पुरवल्या पाहिजेत.

नवीन मैदानं तयार करणं आता शक्य नाहीच; पण उरलीसुरली, थोडीथोडकी मैदानं वाचवायला शासनाला इतरांनी मदत करायला हवी. ही मैदानं गावातली- शहरातली कुठलीही असली तरी मुलांसाठी, त्यांच्या भवितव्यासाठी ती वाचवायला हवीत. हे आज केलं नाही तर अजून काही वर्षांनी मुलं मैदानाचा अर्थ इंटरनेटवर शोधतील, त्याची माहिती काढतील आणि त्याची चित्रं बघून समाधान मानतील. हेच अपेक्षित आहे का आपल्याला?

माणसाच्या अतिहव्यासानं आधी निसर्गावर घाला घातला. बघता बघता आपले कित्येक सवंगडी दुर्मीळ होऊन बसले. अंगणात खेळणाऱ्या चिमण्या होत्या. अंगणं गेली. घराघरातून चिमण्याही गेल्या. आता या मानवप्राण्याच्या स्वतःच्या 'अनमोल' मुलांचं संगोपन धोक्यात आलंय. मुक्त खेळणारं, हुंदडणारं बालपण ही दुर्मीळ गोष्ट झालीच आहे, लवकरच ती नष्ट होण्याच्या मार्गावर आहे. या बालपणाला वाचवायलाच हवं.

लहान वयात खेळ हा सर्वात महत्त्वाचा असतो; अगदी जीव की प्राण म्हटलं तरी चालेल. न खेळता स्वस्थ बसणं त्यांना जमत नाही, याला एक महत्त्वाचं शास्त्रीय कारण आहे. ती मेंदूची गरज आहे. डाव्या आणि उजव्या मेंदूच्या मध्यभागी कॉर्पस कलोझम (Corpus Callosum) हा भाग असतो. दोन्ही मेंदूंचा समतोल साधण्यासाठी हा भाग सक्षम झाला पाहिजे. त्यासाठी त्याला द्यायचा मुख्य खाऊ म्हणजे हालचाल. ही हालचाल व्हावी अशी मेंदूची गरजच नव्हे; तर मागणी असते. म्हणून या वयातली मुलं सतत हालचाल करत असतात. एका जागी जास्त वेळ शांत बसू शकत नाही. त्यांची अवधानकक्षा (अटेन्शन स्पॅन) कमी असते. हळूहळू वय वाढतं. साधारणपणे आठव्या वर्षाच्या आसपास कॉर्पस कलोझम सक्षम होतो. त्यामुळे सततच्या हालचाली करण्याची गरज उरत नाही.

त्यामुळे जास्त वेळ एका जागी बसणं शक्य होतं. स्थिरता येते. म्हणून मुलांसाठी खेळ- हालचाल महत्त्वाची!

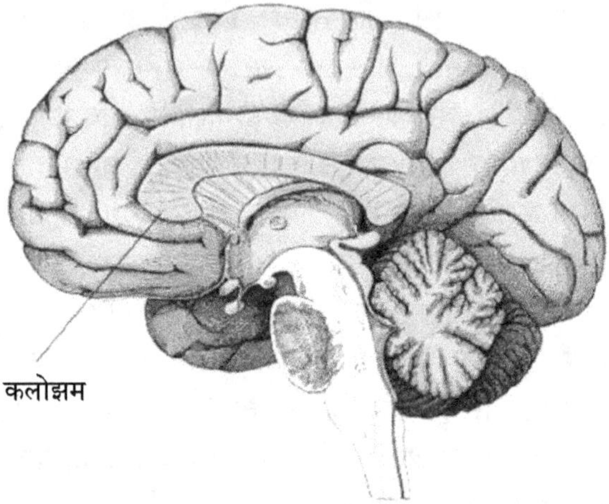

दुसरं महत्त्वाचं कारण म्हणजे, मुलांच्या अंगात जी प्रचंड ऊर्जा असते- ती ऊर्जा मैदानी खेळ न खेळल्यामुळे, घाम येईपर्यंत भरपूर हालचाल न झाल्यामुळे वापरली जात नाही. मग ही ऊर्जा काय करते? तर नको तिथे बाहेर पडायचा प्रयत्न करते. याचा इतरांना त्रास होतो. कधी मूल दहा-पंधरा मिनिटंही स्वस्थ बसत नाही. सारखी चुळबूळ करतं. कधी वस्तूंची जोरात फेकाफेकी, आदळाआपट, कधी आरडाओरड, चिडचिड करणं यातून ऊर्जा बाहेर काढण्याचा प्रयत्न करतं, तर कधी दुसऱ्याला चावणं, मारणं यातूनही! काही मुलांच्या बाबतीत अतिरिक्त ऊर्जा बाहेर काढणं, हेच एकमेव कारण नसतं, तर आहार, आलेले अनुभव हेही या समस्येला कारणीभूत ठरतात. यातून मग समस्यांचा गुणाकार होत राहतो. आणि एक हसरं, खेळकर मूल 'प्रॉब्लेम चाईल्ड'मध्ये रूपांतरित केलं जातं.

बालपण आणि प्रौढपण या दोन वेगळ्या अवस्था आहेत. प्रत्येक वयाच्या काही वैशिष्ट्यपूर्ण गरजा असतात. आपण मुलांच्या नैसर्गिक गरजा लक्षात घेतल्या नाहीत तर पुढच्या काळात जास्त मोठे प्रश्न आपली वाट बघत असतील. ही जशी प्रत्येक घराची जबाबदारी आहे, तशीच सामाजिक जबाबदारीदेखील आहे.

■

रम्य ते बालपण?

'लहानपण दे गा देवा', अशी ओळ संत तुकारामांनी का लिहिली असेल? तेव्हाचं बालपण खरंच रम्य असेल का? असेलच. कारण तेव्हा मुलांवर ताण नसायचे. कष्ट करण्याची, ताण घेण्याची जबाबदारी मोठ्यांवर असायची.

अगदी काही वर्षांपूर्वीपर्यंत घरातल्या माणसांची कामं ठरलेली असायची. प्रौढ माणसं म्हटली की त्यांना खूप कामं असायची. मोठ्या माणसांना सगळे ताण असायचे. त्यांनी पैसे कमवायचे, मिळालेले पैसे पुरवायचे, घर सांभाळायचं, नाती सांभाळायची, काडीकाडी करत बचत करायची, मुलांच्या भविष्यासाठी साठवून ठेवायचे, त्यांच्यावर संस्कार करायचे, वगैरे. तर मुलांचंही ठरलेलं असायचं. मुलं उंडारायची, खेळायची, खायची-प्यायची, शाळेला वगैरे जायची, रात्री गोष्टी ऐकत झोपून जायची. अशा काळात कदाचित 'लहानपण दे' असं देवाला सांगावंसं वाटत असेल.

पण आता 'लहानपण दे', असं म्हणायच्या आधी सगळ्या बाजूंनी विचार करावा लागेल. केवळ त्या वयातलं छानसं, हवंहवंसं वाटणारं परावलंबित्व, सगळ्यांनी केलेलं कौतुक, लाड करणं, भरपूर खेळणं एवढीच जमेची बाजू बघता येणार

नाही; तर या वयातल्या लहानग्यांना खूप ताण येतात, ही गोष्ट लक्षात घ्यायला हवी.

वर्षापर्यंतच्या मुलांना घरातली सुरक्षितता हवी असते. पण त्यांना पाळणाघरात जावं लागतं. पाळणाघर चांगलं असेल, मायेनं सांभाळणारं असेल तर मुलांना तिथे सुरक्षित वाटतं. मुलं तिथे रुळतात. पण पाळणाघर चांगलं मिळालं नाही तर तिथूनच वर्तनसमस्या सुरू होतात. पाळणाघर बदलण्यानं नेहमीच समस्या सुटतील असं नाही. आजच्या आईला शिक्षण, नोकरी या कारणासाठी मुलांना पाळणाघरात ठेवावं लागतं. अशा वेळी पाळणाघर चालवणाऱ्या स्त्रीची जबाबदारी वाढते. तिनं घरासारखं वातावरण ठेवलं, तर बऱ्याचशा समस्या सुटतील. मात्र, मायेचं नसलेलं पाळणाघर मुलांच्या मनात असुरक्षितता निर्माण करतं. तीच गोष्ट प्ले ग्रुपची. घर सोडून, आपली नेहमीची माणसं सोडून कोणत्याही ठिकाणी मुलांना आधी असुरक्षित वाटतं. ही जागा योग्य आहे, असा कौल त्यांचं मन देतं, त्यानंतरच मूल अशा जागेत रुळतं. पण तोपर्यंत मूल तिथे जाण्याचा ताण घेतं.

काही वेळा पाळणाघर हे वरदान ठरतं. बऱ्याचशा घरांमध्ये आई-बाबा-मूल हा त्रिकोण असतो. त्यातले बाबा किंवा आई जर सतत घराबाहेर असतील, शेजारी खेळायच्या वयातले सवंगडी नसतील, तर मूल घरात एकटं पडतं. एकटी आई त्या मुलाशी किती वेळ आणि काय बोलणार? किती खेळणार? वयाची पहिली काही वर्षं भाषाविकासासाठी अतिशय महत्त्वाची असतात. या वयात त्याच्याशी खेळणारं, बोलणारं कोणी असेल तर ते बौद्धिक विकासासाठी फायदेशीर ठरतं. अशा वेळी दोन तास पाळणाघरात / प्ले सेंटरमध्ये जाऊन मूल तिथल्या मुलांमध्ये खेळणार असेल, तर त्याचा भाषाविकास नक्कीच होईल.

आजच्या मुलांना बालवाडीपासून अभ्यासाचा जो ताण सुरू होतो, तो थेट दहावीपर्यंत आणि त्याच्याही पुढे आयुष्यभर असतोच. नर्सरीतल्या मुलांना आईवडील मारून मुटकून, जबरदस्तीनं अभ्यास करायला लावतात, गिरवायला लावतात, हे चित्रच किती विदारक! अशा घरातल्या आजीआजोबांना मनातून अतिशय त्रास होत असतो. छोट्या मुलांवर सक्ती करणं त्यांना बघवत नाही. साडेतीन वर्षांच्या चिमुकलीबद्दल तिची आई तक्रार करते की, ही अभ्यासच करत नाही, तेव्हा काय म्हणावं हे कळत नाही.

तिसऱ्या वर्षीपासून सुरू झालेलं हे अभ्यासाचं भूत सिंदबादच्या म्हाताऱ्यासारखं मुलांच्या मानेवरून उतरत नाही. उलट ते अधिकाधिक प्रमाणात जड होत जातं. तिसरी-चौथीतली मुलं म्हणजे जणू काही दहावीलाच बसली आहेत,

असं वाटण्यासारखी परिस्थिती घराघरांत निर्माण होते. आपण काय केलं म्हणजे आपली आई खूश होईल, किती वेळ अभ्यास केला तर ती 'आता बास' म्हणेल, याची मुलं वाट बघत बसतात.

मुलांना आईबाबांचं प्रेम हवं असतं. गंमत हवी असते. ती आनंदी असतातच; त्यांना आसपासचे सगळे, घरातले आनंदी हवे असतात. पण हे होत नाही तेव्हा ती कावरीबावरी होतात. आपली आई अभ्यास करायला लावते किंवा एखाद्या लहानशा चुकीबद्दल रागावते / मारते तेव्हा आईच्या मनावर कसले ताण आहेत, हे समजून घेण्याची त्यांची पात्रता नसते. त्यांना फक्त वाईट वाटतं. हे वाईट वाटणं मुलं व्यक्त करतात– कधी रागवून, रुसून, कधी चिडून, कुढून! ते आईबाबांनी ओळखलं पाहिजे.

आपली मुलं कोणत्या बाबतीत मोठी झाली आहेत आणि कोणत्या बाबतीत अजून लहान आहेत, कुठल्या बाबतीत सक्ती करायची आणि काय आत्ता सोडून दिलं तरी चालेल हे ज्या आईबाबांना कळतं त्यांची मुलं सुखी असं म्हणावं लागेल.

या संदर्भात *पालकनीती*च्या अंकात एक कविता वाचायला मिळाली. ही अनुवादित कविता आजच्या पालकांनी वाचावी आणि लक्षात ठेवावी अशीच आहे.

पुन्हा संधी मिळाली तर -

माझ्या मुलाला मी कसं वाढवलं,
आठवताना आज हे पदोपदी अडखळतो आहे.

आपण हे काय केलं? कसे वागलो असे आपण?
या विचाराने चक्करलो आहे.

चक्करताना खरं म्हणजे मी जागा होतो आहे.
काय करायला हवं होतं, याचा उमज पडतो आहे.

काळ जर उलटा फिरला, मागे जाऊन उभा ठाकला,
मूल वाढवण्यातला आस्वाद पुन्हा मला घेता आला.

घरामधली भिंत खुश्शाल रेखाटायला देऊन टाकेन,
कपाळावर राकट आठ्या आणि 'गप्प बैस' अगदी कमीच करेन.

पूर्वी असे, त्याला सुधारण्याचा छंद माझा.
आता मात्र नवा छंद त्याच्या छंदी रमण्याचा.

जंगल, पक्षी, आभाळ, पाणी
नितळ निसर्गाची चाहूल
तळ्यामध्ये पोहताना होऊन पाहीन मुलात मूल
तरीसुद्धा जागा राहीन. त्याला नीट पाहत राहीन.
रात्री त्याला थोपटताना, स्वत:लाही मापत जाईन.
गप्पा मारीन पोटभर, वेळ नाही म्हणताना जरा अडेन
आणि दऱ्याखोऱ्यात, आकाशवाऱ्यात,
खुश्शाल जा म्हणेन.

माझं मन घाबरेल थोडं, पोटामध्ये तुटेल जरा.
तो स्वप्न-कल्पनांचे पतंग उडवताना मांजा मी सांभाळेन बरा.
चुकलं जरी त्याचं कुठे, स्वत:ला थोडं आठवून पाहीन.
कठोरपणा तर नकोच नको,
माझं म्हणणं मात्र पोहोचवीन.

खरं म्हणजे काय चूक, काय खरं, परिस्थितीवर ठरत असतं.
आपण आपल्याच न्यायालयात आरोपी,
वकील आणि न्यायाधीशही व्हायचं असतं.

एवढं मात्र सांगेन बाळा,
खरे आपण कसे आहोत, तेसुद्धा बघून घे.
सत्तेच्या स्वार्थापेक्षा प्रेमाचा अर्थ बघ, जमेल तितका शिकून घे.

केव्हातरी आधाराला सोडून तुला उडायचं रे.
एक नक्की, माझी नजर तुला सतत पाहे रे.
(डायेन लूमान्स यांच्या कवितेवर आधारित, *पालकनीती*, फेब्रुवारी २००७)

ही कविता खूपच बोलकी आहे. मुलांच्या बालपणात रंग भरणाऱ्या काही छोट्या गोष्टी असतात, त्या त्यांच्यापासून हिरावून घेऊ नये. कारण मुलं जे करू बघतात, त्यामागे आईबाबांना, मोठ्यांना त्रास देणं हा हेतू नसतो. तर ती त्यांची शारीरिक, मानसिक, कधी भावनिक, बौद्धिक गरज असते. हे लक्षात घेऊन, मुलात मूल होऊन खेळणारे, त्यांना समजून घेणारे आईबाबा ज्यांना असतील, ती मुलं खरंच सुखी ठरतील. त्यांचं बालपण नक्कीच रम्य ठरेल.

■

चित्र : बालमनाचा आरसा

हातात पेन, पेन्सिल, खडू घेऊन भिंतीवर रेघोट्या ओढणं- इथून चित्र काढायला सुरुवात होते. कोणी कागद दिला तर त्यावर गिरगिटणं सुरू होतं. हातात पेन्सिल कशी धरायची हे माहीत नसतं, पण चित्र काढण्याची मनापासून इच्छा मात्र असते. मोठ्या माणसांसारखं हातात पेन घेऊन कागदावर काहीतरी करणं हे खास वाटत असतं. मुलं पेन्सिल कशीही धरून रेघोट्या काढत असतात. आपल्या दृष्टीनं त्या रेघोट्या असल्या तरी त्यांच्या दृष्टीनं ती त्यांनी रेखाटलेली छान कलाकृती असू शकते. कारण असं चित्र काढल्याबद्दल त्यांना प्रशंसा हवी असते. त्यांच्या दृष्टीनं विचार केला तर त्यांच्या मनात जे काही असेल त्याचीच अभिव्यक्ती म्हणजे हे चित्र असतं.

मूल थोडं मोठं झाल्यावर कागदावर, पाटीवर घरातली मोठी माणसं कसलं तरी चित्रं काढून दाखवतात आणि त्यांना ओळखायला सांगतात. फूल, बाहुली, चंद्र, चमचा, फुगा अशी ही सोपी चित्रं असतात. यावरून मुलांना कळतं की आपणही अशी प्रतिकृती काढू शकतो. प्रत्यक्षात ते मूल जेव्हा फूल काढायला जातात, तेव्हा त्यांच्या रेघोट्या या फुलाच्या आसपास फिरकतही नाहीत. मात्र, त्यांना विचारलं तर,'मी

फूल काढलंय' असंच सांगतात. मुलांची चित्रं काढायची सुरुवात ही अशी होते. त्यांची स्वत:ची चित्रं त्यांना खूपच आवडतात.

काही पालक मुलांना जवळ बसवून चित्रं ओळखण्याचा हा खेळ भरपूर खेळतात. त्यानं मुलांची कल्पनाशक्ती विकसित व्हायला नक्कीच मदत होते. अनेक मुलांना हा फायदा मिळत नाही. निम्न आर्थिक गटातल्या पालकांना याची फारशी जाणीव नसते. त्यांना चित्रकलेचे अनुभव मुख्यत: शाळांतूनच मिळतात. मात्र, यात मुलांची पहिली महत्त्वाची वर्षं निघून जातात. बालवाडीत तरी असे अनुभव मुलांना मिळायला हवेत. मुक्तपणे कागदावर काहीही रेखाटणं हे व्हायला हवं.

पुढे चित्रकला हा विषय म्हणून सुरू होतो. मात्र या आधीच मुलांना मोकळेपणी आणि हवी तशी चित्रं काढायला मिळायला हवीत. शाळेत वेळापत्रकातला आठवड्यातून एखादा तास या विषयाला मिळतो. त्या तासाला शिक्षकांनी दिलेल्या विषयावर चित्र काढण्याचं काम मुलं करतात. शाळेत चित्रकला 'शिकवली जाते'. इथे विषयानुसार चित्र काढणं आवश्यक असतं. अनेकदा तर रंगसंगती काय करायची, हेही शिक्षकच सांगतात. फ्री हॅण्ड, व्यक्तिचित्र, निसर्गचित्र, स्थिरचित्र असे वेगवेगळे विषय त्यात येतात. शिक्षकांनी दिलेल्या विषयावर चित्रं काढली जातात. चित्रांवर गुण दिले किंवा शेरे दिले जातात. कोणाचं चित्र चांगलं, कोणाचं वाईट अशा गोष्टी सुरू होतात. ज्यांना चांगले शेरे मिळत नाहीत, त्यांची चित्रकला चांगली नाही असा इतरांचा आणि खुद्द त्याचा किंवा तिचाही समज होतो. नुकतीच कुठं फुलू लागलेली चित्रकला मागे पडत जाऊन हळूहळू संपते. अभ्यासात थोडी जरी कमतरता निर्माण झाली तर अजिबात खपवून न घेणारे पालक, शिक्षक कोणाचं चित्र काढणं बंद झालं म्हणून त्यामागची कारणं शोधायला जात नाहीत. आजही कित्येकांची चित्रं काढण्याची इच्छा अशीच कुठेतरी शालेय जीवनात लुप्त झालेली असते. स्वत:च्या आनंदासाठी, वेळ घालवण्यासाठी, छंद म्हणून चित्रकला जोपासली जात नाही. चित्र काढणं, ती सुरेख रंगवणं ही एक कला असली तरी निखळ आनंदासाठी चित्र काढणं हे आयुष्यभर चालू राहायला हरकत नाही.

मुलं जेव्हा स्वत:हून चित्र काढतात, तेव्हा त्यांच्या मनानं ते डोंगर काढतील, पक्षी काढतील, पाऊस काढतील किंवा पौराणिक - ऐतिहासिक चित्र काढतील, काहीही रेखाटलं तरी खरं तर मुलं आपल्या मनोविश्वाचं दर्शन चित्रातून घडवत असतात. त्यांना जे आवडतं, तेच कागदावर उतरत असतं. कदाचित त्यांच्याही

नकळत ते चित्रातून त्यांचा परिसर रेखाटत असतात. चित्र म्हणजे त्यांचं मन व्यक्त होणं हेच असतं.

खरं तर एखादं स्वतंत्रपणे काढलेलं चित्र हे एखाद्या निबंधासारखं असतं. त्यातून त्याचे विचार व्यक्त होत असतात. चित्र म्हणजे मुलांचं मन असतं, हे जाणून घेऊन बालमानसशास्त्रात मुलांच्या चित्रातून त्यांच्या भावना वाचायचा प्रयत्न केला जातो. काही मुलांच्या बाबतीत चित्रकलेचा 'थेरपी' म्हणूनही वापर केला जातो. मुलांना चित्रं काढायला दिली जातात, त्या चित्रांच्या विश्लेषणातून त्यांच्या आत काय चाललंय, हे जाणून घेण्याचा प्रयत्न केला जातो. चित्रात रंग खरडले असले म्हणजे मूड चांगला नाही, कोणाचा तरी राग आला आहे. मुलं कसली चित्रं काढत आहेत, कशी काढत आहेत यातून बऱ्याच गोष्टी कळतात. काही मुलं एकच एक रंग वापरतात, चित्रात नवे विषय नसतात, एकच फूल, एकच झाड, एकच मूल... कदाचित त्यातून मुलाच्या मनातला एकटेपणा व्यक्त होतोय का? काही मुलं काळा रंग खूप वापरतात; तर काही जण फार फिकट रंग वापरतात वापरतात. यावरून काही गोष्टी नव्यानं कळतात. काहींच्या चित्रात खूपच बारकावे असतात, म्हणजे बुद्धीची तंत्रशुद्धता दिसतेय का? हा झाला चित्रातून मनाचा वेध घेण्याचा भाग.

मात्र यातून एक गोष्ट स्पष्ट होते की, चित्र ही कमालीची वैयक्तिक असतात. एखाद्या विशिष्ट विषयावर किंवा एखाद्या ठरलेल्या प्रसंगावर काढायला अनेकांना एकाच वेळी सांगितलं तरी ते वेगवेगळं उतरतं. याचं कारण ज्याला जे भावलेलं, आवडलेलं असेल किंवा जो प्रसंग / दृश्य मनावर कोरलेलं असेल, तेच चित्रातून उतरतं. म्हणूनच प्रत्येकानं काढलेलं चित्र हे वेगळंच असतं, असायलाही हवं. आणि ते प्रत्येक चित्र सुंदरच असेल, अशी आपली दृष्टी हवी.

आम्ही 'अंकुर माध्यम'तर्फे मुलांच्या मुक्त चित्रांचं प्रदर्शन भरवलं होतं. हव्या त्या विषयावर चित्र काढायचं होतं. त्यासाठी जी चित्रं जमली, त्यातून एक आगळंच चित्रविश्व उभं राहिलं. मुलांच्या चित्रातले विषय अफाट होते. त्यातही शहरी मुलांना विविध कार्टून्सनी भुरळ पाडलेली होती. निसर्गचित्रं शहरी-ग्रामीण दोन्हीकडच्या मुलांनी रेखाटलेली होती; पण ग्रामीण मुलांनी त्यात बारकावा भरला होता. त्यांची शेतं ओंब्यांसह डुलत होती. टेकडीवरचं मंदिर काढताना आसपासचे वृक्षही चितारले होते. 'सरहद' संस्थेतल्या काश्मिरी मुलांच्या चित्रात आवर्जून मंदिर-मस्जिद होती, भारताचा झेंडा होता; तर रेणुताई गावस्करांच्या शाळेतल्या मुलांनी 'आई'ला निवडलं होतं. शिवाय त्यांच्या चित्रात मनातली

काही वाक्यंही होती. मुलांच्या आसपास जे घडतं, त्याचा प्रभाव या चित्रांवर स्पष्टपणे जाणवत होता.

यातून स्पष्ट होते, की स्वतंत्र चित्र हा त्या बालमनाचा आरसा असतो.

समजा, वर्गामध्ये एखाद्या विशिष्ट विषयावर किंवा एखाद्या ठरलेल्या प्रसंगावर चित्र काढायला सांगितलं तरी ते एकसारखं, एका साच्यातलं नसतं. प्रत्येक चित्रात सर्जनशीलता असते. प्रत्येक चित्र सुंदरच असेल, अशी आपली दृष्टी हवी. कारण ती ज्याची त्याची स्वतंत्र अभिव्यक्ती आहे.

मात्र, असं स्वतंत्र, स्वत:चं चित्र, हवा तो मनातला विषय निवडण्याचं आणि रेखाटण्याचं स्वातंत्र्य मुलांना मिळत नाही. मुलांच्या स्वतंत्र चित्रातून व्यक्त होणाऱ्या भावना, त्यातून डोकावणारं त्यांचं भावविश्व, त्यांच्या खास आवडीनिवडी चित्रात दिसूच शकत नाहीत. चित्रकलेतला हा भाग खूप महत्त्वाचा असूनही मागे पडतो.

सध्या मुलांच्या मनावर कार्टून्सचा खूप प्रभाव आहे. त्यांना कार्टून्स खूप आवडतात. म्हणून त्यांच्या डब्यावर, बाटलीवर, उशीवर, दप्तरांवर सगळीकडे तीच ती कार्टून्स दिसतात. बालनाट्यांमध्येही कार्टून्सचे विषय येतात. म्हणून त्यांच्या चित्रातही कार्टून्स दिसतात.

असं दिसतं, की चित्रकला शिक्षकांना या गोष्टीची जाणीव असते. पण शाळेच्या नियमाबाहेर जाऊन मुलांना चित्र काढायचं स्वातंत्र्य ते देऊ शकतातच, असं नाही. चित्रकला हा विषय चाकोरीबद्ध अभ्यासक्रमात अडकल्यामुळे चित्रकलेचे विषयही मर्यादित होतात. यामुळे मुलांच्या व्यक्त होण्यालाच कुंपणं घातली जातात. चित्रकलेचा अभ्यासही मग फक्त विषय म्हणूनच राहतो - अनेकांच्या बाबतीत संपून जातो. असं होऊ नये म्हणून स्वतंत्र चित्रांना कसलेही शेरे न देता केवळ प्रोत्साहन दिलं पाहिजे. कलेच्या उत्स्फूर्ततेला वेळाचं - विषयाचं बंधन नसावं. स्वत:ला आवडतं म्हणून चित्र काढता यायला हवीत, आयुष्यभर!

■

नसती घाई नको, अवकाश हवा जरासा

सिग्नलचा पिवळा दिवा थांबायला सांगतो. पण तो काही रोखू बघत नाही लाल दिव्यासारखा. जरा थांबा म्हणतो, इतकंच. पण आपण मात्र तिथे गाडी दामटवण्याची घाई करतो. इथेही आपण नेमकं तेच करतोय! मुलांना वाढवण्यात, त्यांच्याकडून अपेक्षा करण्यात खूप घाई करतोय. काय करायचं आणि काय नाही करायचं हे आपण केव्हातरी ठरवायला हवंच.

मुलं लहान असतात, तेव्हा साहजिकच आईबाबाही उत्साहात असतात. मुलांना काय शिकवू आणि काय नको, असं बऱ्याच उत्साही नवपालकांना वाटत असतं. पण त्या नादात आपल्या मुलामुलीचं वय काय आहे आणि आपण त्यांना काय करायला लावतोय, याचं भानही कधीकधी सुटतं.

असेच एक उत्साही तरुण आईबाबा बागेत दिसले. त्यांचं बाळ आठ-नऊ महिन्यांचं असावं. डोक्याला टोपडं घातलेलं असं ते बाळ होतं. हाताला खुळखुळ्याची, खेळण्याची, चमच्याची पकड घेण्याइतपत ते मोठं असेल; पण आईबाबांनी त्याला सी-सॉवर बसवलं. मग जंगलजिमवर बार धरायला लावला. अर्थातच त्याला सुरक्षित धरलं होतं; पण सी-सॉ, जंगलजिम खेळण्याचं किंवा त्यातून मजा घेण्याचं त्याचं वय

आहे का, हे बघायला हवं ना? या खेळण्यांकडे त्याचं मुळीच लक्ष नव्हतं. तिथे खेळायचं आहे, अशी मागणी तर नव्हतीच. त्याचं लक्ष आकाशातल्या पक्ष्यांकडे, झाडाच्या सळसळत्या पानांकडे, त्यांच्या आवाजाकडे - असं इकडेतिकडेच होतं आणि आईबाबा मात्र...

मुलांची शारीरिक तयारी होईपर्यंत थांबायला हवं ना आपण?

सुरुवातीच्या काळात मूल संपूर्णपणे आपल्या पालकांवर अवलंबून असतं. पालक त्याची सर्वतोपरी काळजी घेतात. त्यांच्यात मायेचे बंध तयार होतात. छोटंसं मूल पालकांचा शब्द न् शब्द आज्ञाधारकपणे आणि अतिशय प्रेमानं मानतं. हे नैसर्गिकच आहे. पालक आणि मूल या नात्यात प्रेम असतं. आस्था, जिव्हाळा, काळजी, कौतुक, रागवणं, रुसणं ही सर्व प्रेमाचीच रूपं व्यक्त होत असतात. या प्रेमाच्या अधिकारातून पालक मुलांना शिकवतात. कधी पालक, कधी शिक्षक असा प्रवास त्यांना अनेकदा करावा लागतो.

काही वर्षांतच मुलांच्या आयुष्यात दुसरे पालक येतात. ते म्हणजे शिक्षक. औपचारिक शिक्षणाची जबाबदारी ज्यांच्यावर सोपवलेली आहे असे हे शिक्षक. बालवाडी-प्राथमिक शाळेपर्यंत मुलांचं आपल्या शिक्षकांवर खरंखुरं प्रेम असतं. शिक्षकांचंही आपल्या विद्यार्थ्यांवर प्रेम असतं. जबाबदारी पूर्ण करण्याचा भाग जास्त असतो. त्यामुळे शिकवण्यावर - शिकवण्याचा भाग पूर्ण करण्याकडे त्यांचा साहजिक कल असतो.

शासन, समाज और आणि शिक्षण या पुस्तकात कृष्णकुमार (अनु. गणेश विसपुते) यांनी लिहिलं आहे, की मुलांसाठी खेळ आणि अभ्यासासारख्या परस्परविरुद्ध दिसणाऱ्या क्रियांमध्ये फारसा फरक नसतो. भवताल समजून घेण्याची प्रेरणा देणारी मुलांची जिज्ञासा आणि भवताल समजून घेण्याचं साधन देणारी मुलांची कल्पनाशक्ती, या दोन्ही मिळून एक विशिष्ट दृष्टी आणि कार्यपद्धती तयार होते. या दृष्टी आणि कार्यपद्धतीद्वारे मूल आपल्या चारही बाजूच्या जगाचं विश्लेषण आणि पुनर्मांडणी करत असतं. शेवटी आपल्या भवतालाशी स्वतःचं नातं निर्माण करतं. जेव्हा त्याला प्रयत्न करण्याचं स्वातंत्र्य दिलं जाईल, तेव्हाच हे शक्य होईल. पण खूप कमी वेळा असं होतं. बहुतेक आईवडील आणि शिक्षक मुलांना स्वतंत्रपणे प्रयत्न करू देत नाहीत. त्यांना वाटत असतं की हे प्रयत्न अतिशय संथ गतीचे आहेत. ते हे विसरतात की मुलांच्या प्रयत्नांचा स्वाभाविक वेग वाढवण्याच्या नादात त्यांचे प्रयत्नच थांबवले जातात.

घरात आईबाबांचं ऐकायचं असतं आणि शाळेत शिक्षकांनी सांगितलेलं

ऐकायचं असतं, अशी ही स्पष्ट रचना असते. एकूणात, ऐकायचं असतं, हीच गोष्ट सतत मनावर ठसली जाते. त्यातून विचार करणं हे आपलं काम नाही. आपल्यासाठी विचार करायचा असतो तो दुसऱ्यानं, ही सवय लागते. वास्तविक विचार करण्याची देणगी जन्माला आलेल्या प्रत्येक मनुष्यप्राण्याला बहाल केलेली असते. हा माणूस बाल्यावस्थेतला असला तरी त्यालादेखील विचार करता येतो!!

अशीच एक आई सांगत होती, की तिच्या मुलाला पाचव्या वर्षीच पहिलीत प्रवेश मिळाला आहे. एखादं लॉटरीचं तिकीट जिंकल्याचा आविर्भाव तिच्या बोलण्यात होता. एक वर्ष आधी शिक्षण सुरू. म्हणजे दहावीही लवकर होणार आणि पुढे सगळंच लवकर लवकर होणार, याचा केवढा आनंद झालेला होता. वयाआधी शाळेत घातलं तर त्याचा दुष्परिणाम शिक्षणावर झाल्याची अनेक उदाहरणं आसपास आहेत. पण...

बालवयातलं शिक्षण ज्या लोकांनी सुरू केलं, त्यात माँटेसरी मॅडम, फ्रोबेल, पेस्तोलॉजी यांनी चार वर्षं पूर्ण हे आदर्श वय मानलं. कारण याच वयात मुलांचं 'स्वत:'ला सोडून जगाकडे बघणं वाढतं. त्यांना घराबाहेरचं जग जाणून घेण्याची नैसर्गिक इच्छा जागृत होते. या वयात त्यांना खेळायला एकत्र आणायला हवं, त्याचबरोबरीने त्यांना काही शिकवावं, शाळेत जाऊन औपचारिकरीत्या काही शिकण्याची तयारी करून घ्यावी. गाणी शिकवावीत, गोष्टी सांगाव्यात, असा विचार त्यांनी मांडला. प्रयोग केले. त्यासाठी स्वत:च्या शाळा / शिक्षणकेंद्रं उभारली. या ठिकाणी मुलं खेळायला यायची. फ्रोबेल यांनी मुलांना चेंडूच्या माध्यमातून कितीतरी नवी मानसिक-शारीरिक कौशल्यं शिकवली. यात मुलांची आवड ही केंद्रस्थानी होती. खेळ हे माध्यम महत्त्वाचं, त्यातून शिक्षण. माँटेसरींनीही विविध खेळ तयार केले, त्यातून शिकवलं. आपण शिकतोय हे मुलांच्या गावीही नसायचं. खेळता खेळताच ते शिकायचे. इथे खरीखुरी बालकेंद्रितता होती. यातून त्यांची शाळेत जाण्याची तयारी व्हायची.

भारतात केजी, माँटेसरी या नावानं छोट्यांचं शिक्षण सुरू झालं. सुरुवातीच्या काळात खेळ महत्त्वाचा; त्यातून शिक्षण- हे चालू राहिलं. पण आता केजी हे नावापुरतंच आहे. बालवाडीत प्रत्यक्ष किंडरगार्टनची म्हणजे फ्रोबेल यांची तत्त्वं किती सांभाळली जातात, याचं परीक्षण ज्यानं त्यानं करायला हवं.

अलीकडे काही वर्षांपूर्वी या केजीच्या अलीकडे मिनी केजी सुरू झाली. त्याही खाली एक प्ले ग्रुप आला. इथून मुलांना शाळेत घालायची घाई सुरू झाली. आता मुलं नव्हे; तर बाळं शाळेत जातात.

मुलांना सामाजीकरणाची स्वाभाविक इच्छा व्हायच्या आतच त्यांच्यावर सामाजीकरण लादलं जातं. डायपर घालून मुलं शाळेत दाखल होत आहेत. मुलांना घरीदारी खेळायला कोणी नसतं, म्हणून त्यांना, फक्त खेळायला, खेळण्याबरोबर काही चांगलं शिकायला प्ले ग्रुपमध्ये पाठवणं ही एक सोयीची बाजू आहे. मात्र तिथूनच शिक्षण लादणं हे चूक आहे.

पहिलीत 'चांगल्या' शाळेत प्रवेश हवा, म्हणून बालवाडीत अक्षरं गिरवणं, स्पेलिंग पाठ करणं, शब्द गिरवणं, १ ते १०० आकडे गिरवणं आणि त्याची सक्ती करणं, त्यातून मुलांना शिक्षा करणं हे कुठल्या 'चांगल्या शाळे'च्या व्याख्येत बसतं? हे शिक्षणविरोधी तर आहेच; पण बालविरोधीही आहे. पहिलीत जायची तयारी म्हणून बालवाडीची मुलं खूप तयारी करतात. म्हणजे विशिष्ट शाळेसाठी पालक ती तयारी करवून घेतात. दहावीच्या परीक्षेची तयारीसुद्धा त्यापुढे फिकी पडेल!! आपल्या मुलाला / मुलीला कुठल्या शाळेत घालायचं, हा प्रश्न सध्या फार महत्त्वाचा झाला आहे. ग्लोबल, फ्युचर, आता काही पहिल्यासारखं राहिलं नाही.... असे शब्द या काळात सारखे ऐकू यायला लागतात. बहुतेक पालकांनी इंग्लिश माध्यमात घालायचं हे ठरवून टाकलेलं असतं. मराठी माध्यम हा पर्याय आहे; असू शकतो - याकडे बहुतेकांनी पाठ फिरवलेली दिसते.

इंग्लिश माध्यम. त्यातही सी.बी.एस.ई. बोर्ड, आय.सी.एस.ई. बोर्ड असेल तर चांगलं. ज्या शाळेत कडक शिस्त असेल ती शाळा चांगली. जी शाळा कडक वातावरणातली असेल तर ती चांगली. भरपूर गृहपाठ देणारी- भरपूर अभ्यास करून घेणारी शाळा चांगली. ज्या शाळेत आदल्या दिवशीपासून रांग लावून प्रवेश घेतला जातो, ती शाळा चांगली. असे चांगल्या शाळेचे निकषही व्यक्तिगणिक बदलताना दिसतात. बहुसंख्य पालकांचा कल इकडे झुकतो आहे, हे दिसत आहे.

मात्र, यात एक अत्यंत क्षीण प्रवाह असाही आहे, की अशा पालकांना त्यांच्या मुलांना स्पर्धेत न उतरवता त्यांच्या गतीनं वाढवायचं आहे. बाहेरच्या वातावरणाचा वेग काहीही असेल, पण त्या वेगाला काही पालक बधत नाहीत. शाळांमधली नंबरांची स्पर्धा त्यांना टाळायची आहे. लहानपणापासून मुलांवर लादले जाणारे ताण त्यांना दिसत आहेत, या ताणांचे शारीरिक-मानसिक-बौद्धिक-भावनिक दुष्परिणाम काही अभ्यासांमधून पुढे आलेले आहेत. त्याकडे लक्ष देऊन जाणीवपूर्वक कमी ताण देणारी शाळा आहे का, असा विचार किमान काही पालक करताना दिसत आहेत. पण त्यांना असा विश्वास देईल अशा शाळा

अगदी थोड्या आहेत. शिवाय अशा शाळा गावागावांमध्ये उपलब्ध नाहीत.

यावर उपाय म्हणून काही मोजकेच पालक - आम्हांला कोणतीच शाळा नको असेल तर, आमच्या मुलामुलीचं घरातून शिक्षण का करू नये, या विचारापर्यंत येतात. काही जण तसं धाडसही करू बघतात. काही जण खरोखर शाळा बंद करून मुलांना घरात शिकवतात; 'होम स्कूलिंग' करतात. हा निर्णय अवघड असतो. घेतलेला निर्णय निभवणं हेही तितकंच अवघड. कारण घरातूनच मुलांना शिकवायचं असेल तर विषयांची तयारी करवून घ्यावी लागते. ती नक्की कोणी करायची, त्यासाठी व्यवस्थित आणि काटेकोर वेळापत्रकाचं नियोजन करून ते तितक्याच काटेकोरपणे अमलात आणावं लागतं.

एकूण मतमतांतरांच्या अशा गलबल्यात सध्याचं चित्र आहे. असे वेगवेगळे प्रवाह दिसत असले तरी, काही प्रवाह खूप सशक्त आणि काही अगदीच क्षीण आहेत; पण ते आहेत, आणि टिकून आहेत, म्हणूनच बदलांची शक्यताही आहे.

दुसरीकडे, ज्या शिक्षणव्यवस्थेवर विश्वास ठेवून आपण मुलांना या शाळा नावाच्या संस्थेत दाखल करतो, तिथली परिस्थिती काय आहे? गेल्या काही वर्षांत बघितलं तर शिक्षणाच्या बाबतीत अनेक शासन-निर्णय घेतले जात आहेत आणि ते वारंवार बदललेही जात आहेत. शिक्षणातली मूलभूत तत्त्वं जाणणाऱ्या शिक्षणाचा अभ्यास करणाऱ्या कित्येक व्यक्तींच्या मते अभ्यास जास्त आहे. विषय जास्त आहेत, विषयात जो आशय असतो तोही कित्येकदा डोईजड आहे. विषय आणि आशय दोन्हीही मुलांच्या भावविश्वातले नाहीत, संबंधितही नाहीत. भाषा परकी. विशेष ओळखीची नाही; सरावाचीही नाही. एकाच वेळी असे अनेक विषय मुलं अभ्यासत (अभ्यास करतोय असं दाखवत) असतात. त्यासाठी शाळा-क्लास-विविध स्पर्धा परीक्षा यांमधून फिरत असतात; तेही विनातक्रार.

प्रा. यशपाल यांच्या *ओझ्याविना अध्ययन* या अहवालात मुलांवर शिकताना कोणकोणती प्रत्यक्ष आणि अप्रत्यक्ष ओझी असतात, हे सांगितलं आहे. मुलांना घडवणाऱ्या-शिकवणाऱ्या शिक्षकांनी तर तो वाचावाच. किमान त्यातल्या ठळक गोष्टी तरी माहीत असाव्यात.

मुलांवर किती प्रकारची अतिरिक्त ओझी असतात, ती ओझी जास्त वजनदार झाली, पेलवली नाहीत तर मुलं काय करू शकतात, हे महाराष्ट्रानं काही वर्षांपूर्वी शालेय मुलांनी आत्महत्या केल्या तेव्हा अनुभवलं. दर वर्षी अपयश सहन न होऊन जीव देण्याच्या बातम्या येतच असतात. हे बळी नक्की कोण घेतं? अभ्यासाची ओझी अशी काही मुलांसाठी का होईना; पण जीवघेणी का ठरतात?

मुलांचं भविष्य ठरवण्यात शिक्षणव्यवस्थेची भूमिका मोठी आहे. मुलांचं वर्तमान आणि भविष्य दोन्ही त्यांच्याच हातात आहे. अशा परिस्थितीत मुलांना काय शिकवायचं आणि कसं शिकवायचं, याचे निर्णय किती गांभीर्यानं घ्यायला हवेत! डॉ. जे. पी. नाईक - चित्रा नाईक यांनी अनौपचारिक शिक्षणपद्धतीबद्दल केलेले प्रयोग आणि लेखन हे बघायला हवं. ताराबाई मोडक - अनुताई वाघ यांनी केलेले प्रयोग, लीलाताई पाटील यांनी विकसित केलेली शिक्षणपद्धत यांची माहिती घेतली तरी मुलांना शिकवायचं कसं, याची माहिती मिळते. खुद्द महाराष्ट्रात असे अनेक आपल्या मातीतले- संस्कृतीतले प्रयोग झाले आहेत, होत आहेत, ज्यातून मुलांना 'शिकवायचं कसं?' याचं उत्तर मिळू शकतं. कारखान्यातून वस्तूंचं उत्पादन होतं त्याप्रमाणे शिक्षित मुलांचा कारखाना म्हणजे शाळा असं असू नये, हे कोणीही मान्य करेल. पालकांनी या वास्तवाकडे डोळेझाक करून चालणार नाही.

शिक्षणानं नेमकं साध्य काय करायचं आहे, असा प्रश्न पालकांना केव्हातरी पडायला हवा. आज चार वर्षांचं असलेलं आपलं मूल शाळेची पायरी चढत आहे. दहावीत ते शाळेतून बाहेर पडेल. ही मधली वर्षं - म्हणजे त्याचा वर्तमानकाळ. ही औपचारिक पायाभरणीची वर्षं आहेत. या काळात त्यांना जीवनाची दिशा मिळणार आहे. ही दिशा उगवतीकडे नेणारी हवी. शिक्षणव्यवस्थेचा दबाव शाळेवर- शाळेचा शिक्षकांवर- शिक्षकांचा पालकांवर आणि पालकांचा छोट्या मुलांवर- असं होत असेल तर या सगळ्याचाच नीट विचार व्हायला हवा.

चार-पाच वर्षांची मुलं खूपच लहान असतात, ती प्रिय पालकांचं सगळंच ऐकतात. शाळेत जातात - क्लासलाही जातात - अक्षरं काढतात - अंक काढतात - गिरवतात - चुकलं तर 'पनिशमेंट' घेतात. पुन्हा गिरवतात - जे पाठ करायला सांगतात, ते पाठ करतात. पहिलीची तयारी म्हणून सगळा 'स्टडी' करतात. आणि आपण म्हणतो, हल्लीची पिढीच स्मार्ट....

■

मुलं आहेत ती; रोबो नव्हेत!

साध्यासुध्या सजीवांपासून ते बुद्धिमान माणसापर्यंतचा प्रवास हा थक्क करून सोडणारा आहे. एप्सपासून आदिमानवापर्यंत, प्रगतीचे एकेक टप्पे पार करत आजच्या आधुनिक माणसापर्यंत अशी बुद्धीची मोठीच झलक माणसानं दाखवली आहे. एक माणूस म्हणून हे चित्र फारच प्रेरणादायी आहे. या माणसानं यंत्रमानव ऊर्फ रोबो बनवले व त्यांना माणसाप्रमाणे कामं करायला लावली, हेसुद्धा आश्चर्यचकित करून सोडणारं आहे. पण आता या शास्त्रज्ञ, तंत्रज्ञ यांच्यापासून स्फूर्ती घेऊन पालक आपल्या जित्याजागत्या मुलांचं रोबोत रूपांतर करू बघत आहेत, हे प्रकरण मात्र चिंताजनक आहे.

पहिलं वर्षभर मूल स्वत:च्या तालावर इतरांना कामाला लावतं. त्यानंतर मात्र त्याला इतरांचा ताल जपावा लागतो.

पालकांना मुलांना घडवायचं असतं, त्यांना वळण लावायचं असतं, त्यांनी अभ्यासात पुढेच राहावं, म्हणून काळजी घ्यायची असते. याचा अर्थ असा नाही की, त्यांनी रोबोसारखं किल्लीवर चालावं. तुम्ही सांगाल तेच आणि तेवढंच ऐकावं.

पहिल्या दोन वर्षांत मूल कुशीवर वळण्यापासून ते चालण्यापर्यंत प्रगती करतं. तसंच एक संपूर्ण भाषा अवगत

करून घेतं. याचा अर्थ त्याचं बौद्धिक आणि कारक कौशल्य उत्तम आहे. फारशी काळजी करायचं कारण नाही. त्याच्यावर दडपण आणून, प्रसंगी मारूनमुटकून धाकदपटशा दाखवण्याची गरज नाही. पुढची प्रत्येक पायरी तो आत्मसात करेल. त्याला योग्य, सक्षम आधाराची गरज आहे. तो आधार त्याचा तोच मिळवेल; पण त्याला यंत्रवत मानव नाही बनवलं तरच!

मुलांनी घरात शांतता राखावी ही एक अपेक्षा - पण मुलांना या वयात 'मी' माहीत असतो. तोच महत्त्वाचा वाटत असतो. कारण या मी'चाच आधी योग्य विकास व्हावा लागतो. मोठ्यांच्या मानसिक गरजा माहीत नसतात, कळाव्यात अशी अपेक्षाही नसते. पण चार-पाच वर्षांपर्यंतची मुलं खेळणार, दंगा करणार - यावर उपाय म्हणजे त्यांना मारायचं. एका कोपऱ्यात बसवून ठेवायचं की घरात शांतता. काही घरांमध्ये यावर उपाय म्हणून टीव्ही चालू ठेवतात. मूल त्यात दंग होतं, याचे डोळ्यांच्या आरोग्यावर व मेंदूवर घातक परिणाम होत असतात.

नर्सरी, मिनी केजीतल्या छोट्या मुलांनीही शांत बसायचं. टीचरनं सांगितलंय तेवढंच करायचं. गिरवायला सांगितलं तर गिरवायचं. गाणं म्हणायला सांगितलं तर म्हणायचं. अचानक उलटी झाली, तर 'सुविद्य' शिक्षिका त्याच्या जवळ जाऊन त्याला मदत करणार नाही, त्याला रागवणार. कारण त्याला रोबो समजण्यात येतंय. मात्र, अजून त्याचं पूर्ण रोबोत रूपांतर झालेलं नाही.

मुलांकडून विविध अपेक्षा करताना त्याचं वय, त्याच्या गरजा, त्याची भावनिक गरज, त्याची परिपक्वता बघायला हवी. खेळ, नाच-गाणं, आनंदात राहणं हाच या वयाचा स्वभावधर्म असतो. पण या शरीरशास्त्रीय आणि मानसशास्त्रीय गरजा नाकारून त्यांना एका जागेवर बसवून जबरदस्तीनं (शिक्षेचा धाक दाखवून, परीक्षेची भीती घालून इ.) अभ्यासासारखी गोष्ट करवून घेणं हे अतिशय चुकीचं असतं.

आजही किती शाळांमध्ये वेगवेगळ्या शिक्षा केल्या जातात. मुलांना मारणं, कान धरणं हे आजही घडतं आहे. आर्थिक स्तर, अप्रगतता किंवा इतर कोणत्याही कारणांवरून त्याच्यावर टीका करणं, त्यांना टोचून बोलणं, हेही घडतं आहे. जोपर्यंत वर्गात या गोष्टी घडत आहेत, तोपर्यंत शाळा मुलांना कशी आवडेल?

शिस्त लावणं हा शाळेचा / पालकांचा उद्देश कोणीही समजू शकतं. त्या शिस्तीसाठी मुलांना वठणीवर आणलं जातं. असं समजलं जातं, की मुलांनी मोठ्या माणसांप्रमाणे शिस्तीत असावं. मुलांच्या नैसर्गिक गरजा मोठ्या माणसांनी समजून घ्यायच्या नाहीत; तर लहान मुलांनीच मोठ्यांना समजून घ्यायचं.

मुलांना भावना असतात, पण त्या आम्ही सांगू तेव्हा आणि तितक्याच प्रमाणात व्यक्त कराव्यात. आईच्या गडबडीच्या वेळी भावनांचं उचंबळणं नको, तसंच शिक्षिका वर्गात शिकवत असतानाही नको. भावनांना प्रवेश नाही. भावनांना जोपासत बसलं तर पोर्शन कधी पूर्ण होणार? किंवा आई कामाला कधी जाणार?

अशा या होऊ घातलेल्या रोबोंमध्ये कधीकधी दुरुस्ती उद्‌भवते.

- कधी ते रागावतं, रुसतं, हट्ट करतं. पालकांना वाटतं-' चार वर्षांचं मूल असं वागतंय? आत्ताच हाताबाहेर जाऊ लागलं तर पुढे कसं होणार?'

  (याला सुधारायला हवं. घडवण्यात कुठं चूक झाली आहे, ते तपासून बघायला हवं.)
- शाळेतले सगळे विषय समजायलाच हवेत.

  (समजत नसतील तर काहीतरी दोष आहे. तो काढायला हवा.)
- विषय नुसते समजून चालणार नाहीत, त्याचं तोंडी आणि लेखी सादरीकरणही नीट व्हायला हवं.

  (नसेल जमत तर दुसऱ्याकडून प्रोग्राम्स पुन्हा फीड करायला हवेत.)
- कधीकधी छोटेछोटे रोबो स्वत:तल्या दुरुस्त्या सांगतात. त्यांच्याबद्दल घरी / शाळेत काय बोललं जातं, तेच ते 'रीपिट' करतात.

  ('माझं मॅथ्स पूअर आहे, म्हणून मला क्लास लावायला सांगितलाय टीचरनं. तो संध्याकाळीच असतो ना, म्हणून मी खेळायला येणार नाहीये.'

  'मला बाबांनी मारलं, माझी ग्रेड चांगली आली नाही म्हणून.... आता मी बाबांचं ऐकणार आहे, नाही तर ते मला पुन्हा मारतील.'

  'मला काहीच येत नाही. पण माझा मित्र खूप हुशार आहे.'

  'माझ्या लक्षात राहत नाही.')

या सगळ्या वर्णनात आपण आणि आपलं मूल आहे का?

प्रत्येक वयाची वैशिष्ट्यं असतात, तशीच बालपणाचीही वैशिष्ट्यं असतात. ही वैशिष्ट्यं समजून घ्यायला हवीत. कोणत्या वयाची काय गरज आहे, कोणत्या वयात त्याला समजून घ्यायचं आणि कोणत्या वयापर्यंत त्याला किमान काही शिस्त लागायलाच हवी आहे, हे काम सहजपणे कसं करायचं. काळजी कुठं घ्यायची आणि कुठं सपशेल दुर्लक्ष करायचं, याची उत्तरं आपल्या स्वत:च्या बालपणात डोकावलं तरी मिळतील.

सकाळी ६ वाजता उठून तयार होऊन शाळेत जाणे - ७ ते १२ शाळा - २ ते ४ ट्यूशन - ट्यूशनवरून घरी - ५ ते ६ बुद्धिबळ - ६.३० ते ८ ग्राऊंड - शनिवारी बॅडमिंटन.

थोड्याफार फरकानं अशा प्रकारची दिनचर्या शहरातल्या अनेक मुलामुलींची असते. ही दिनचर्या चिमुकल्याची असू शकते की रोबोची? एका दिवसात हे सर्व का करायचं? त्याच्या आनंदासाठी? नाही. अभ्यास + एक्स्ट्रा करिक्युलर्ससाठी.

खेळासाठी खेळ, कलेसाठी कला, आवडतं म्हणून करणं यापेक्षा एकाग्रता, स्मरणशक्तीसाठी सारं काही केलं जात आहे. अभ्यासातली गती वाढावी, एकाग्रता वाढावी, स्मरणशक्ती वाढावी, म्हणून खेळ येतात. योगासनं येतात. खेळांचे पूरक फायदे हेच मुख्य फायदे बनून जातात. कारण यामुळे पालक खूश होणार असतात. कोणत्या खेळामुळे एकाग्रता सुधारते, त्याच खेळाला पालक पाठवतात.

- मुलानं पुढच्या स्पर्धात्मक आयुष्यात सतत पुढेच राहायला पाहिजे. मग आत्ताचा वेळदेखील घालवून उपयोग नाही. त्याला लवकरात लवकर शिकायला पाहिजे.
- लहानपणी जे शिकवाल, ते मूल लवकर शिकतं, असं म्हणतात. म्हणून बालवाडीपासूनच शिकवायला हवं. पुढे मुलं अभ्यासाला बसत नाहीत.
- माझ्या मुलाला मी सगळं शिकवीन. जे जे उपलब्ध आहे, ते ते सगळं. कोणताही खेळ, संगीत, वाद्यं काहीही. तो कुठेही मागे पडू नये.

सध्याची बहुतांश मुलं हाच दिनक्रम रेटत आहेत. खूप लहान आणि आईबाबांचं ऐकण्याच्या वयातली मुलं आईबाबांवर विश्वास ठेवून सगळं ते म्हणतील तसंच करतात.

याचा गैरफायदा पालकांनी घेऊ नये. वास्तविक आसपासची अनेक कुटुंबं जे करत आहेत तेच आपल्या मुलानं करावं, असं आईबाबांना वाटणं साहजिक आहे. पण इतरांप्रमाणेच मीही माझ्या मुलांना वेगवेगळ्या क्लासेसना पाठवायलाच हवं का, हा प्रश्न सुज्ञ पालकांना पडायला हवा. कोणालाही असंच वाटत असतं की आपण आपल्या मुलांसाठी उत्तम तेच करतो आहोत, पण त्याचे इफेक्ट्स आणि साईड इफेक्ट्सही बघायला हवेत.... अन्यथा ही प्रगती वेगळ्याच दिशेकडे घेऊन जायची! आपल्याला जिवंत, हसरं-खेळतं, स्वत:वर प्रेम करणारं, इतरांनाही समजून घेणारं मूल बघायचंय! घरात शिस्त हवी, पण लष्करी शिस्त नको आणि शिस्तीचं यंत्रमानवीकरण तर नकोच नको!

■

‘पहिली’ची पायरी : पहिलीच पायरी

वय वर्ष सहा म्हणजे खरोखर आनंदी असण्याचा काळ. त्याचबरोबर समाजाभिमुख होण्याचा काळ. आपण, आपली भावंडं, आपलं कुटुंब, आपली शाळा, वर्ग, मित्रमैत्रिणी यांच्यात मश्गुल असतात या वयाची मुलं. खावं, प्यावं, मजा करावी, भरपूर खेळावं आणि सगळ्यांशी गप्पा माराव्यात - एवढंच त्यांना वाटत असतं. खेळ या महत्त्वाच्या गोष्टीभोवती इतर गोष्टी गुंफलेल्या असतात. बाकी सगळं त्याच्या नंतर-तेही जमलं तर. या वयातली मुलं खेळण्यासाठी बऱ्याचदा खाणंसुद्धा विसरतात.

अर्थात ‘मी’ हा जगण्याचा केंद्रबिंदू असतोच. घरच्या व्यक्तींना महत्त्वाचं स्थान असतंच. आता प्रिय व्यक्तींचं वर्तुळ वाढतं. आतापर्यंत बाबा ही जगातली सर्वशक्तिमान व्यक्ती वाटत असते. आता शाळेतल्या शिक्षकांना तेवढाच मान मिळतो. ‘आमच्या ताईंनी / टीचरनी असंच सांगितलंय..’ या वाक्यापुढे कोणाचंही काहीही चालू शकत नाही. त्यांनी सांगितलं आहे म्हणून - टॉमेटो खायचा, लवकर झोपायचं, लवकर उठायचं किंवा घरी आलेल्या प्रत्येकाला पटकन पाणी आणून द्यायचं. असं छान वळण लागतं.

'स्वत: आणि इतर' असा एक तुलनात्मक अभ्यास मनाच्या पातळीवर चालू असतो. या वयात त्यांच्या सामाजिक गरजा खऱ्या अर्थाने वाढलेल्या असतात. त्यांना सतत मित्रमैत्रिणी हवे असतात. खेळ संपला तरी एकमेकांच्या घरी जाऊन उरलेलं खेळायचं असतं. घरातली नेहमीची माणसं बरोबर असावी लागतात, पण आता इतरांच्यातला रस जास्त वाढतो.

घराबाहेरची दुनिया समजून घ्यायची असते. इतरांची कुटुंबं हा उत्सुकतेचा विषय असतो. आपल्यासारखं यांच्या घरात कोणकोण आहे, आणि आपल्यापेक्षा वेगळं काय आहे, ही तुलना सुरू असते. जे प्रत्यक्ष दिसतं, कोणीही काही बोललं की त्यावरच विश्वास ठेवण्याचा हा काळ असल्यामुळे, 'या एकदा आमच्या घरी..!' हे वाक्य कोणी म्हटलं की ते शब्दश:च घ्यायचं असतं, असं निरागस मुलांना वाटतं. 'चल लगेच, त्यांनी आपल्याला बोलावलंय,' असा हट्ट ते करतातच. आपलं मूल सामाजिक होतंय याचं हे चिन्ह आहे.

प्रत्येकाला एक कुटुंब असतं, त्यात आईबाबा, आजीआजोबा वगैरे असतात. छोटी मुलं असतात. हे माहीत झालं की कोणालाही त्यासंदर्भातले प्रश्न विचारायला मुलं मागेपुढे बघत नाहीत.

एकदा एका दवाखान्यात एक आजोबा बसले होते. एका मुलीनं त्यांना सरळ जाऊन विचारलं,"तुमचं बाळ कुठंय?" तर ते म्हणाले,"हे काय, माझं बाळ इथे बसलंय." असं म्हणून त्यांनी एका चाळिशीतल्या पुरुषाकडे बोट दाखवलं. तर ती म्हणाली,"हे बाळ नाहीये." बाळं लहान राहत नाहीत; ती मोठी होतात. असं एक नवं शिक्षण घडतं. त्यातूनच मुली मोठं झाल्यावर (एकदमच!) आई होतात. आणि छोटे मुलगे असतात ते बाबा होणार असतात, हेही कळतं. आपले आई आणि बाबा असेच लहान होते, आणि आजीआजोबासुद्धा. ही तर भयंकर जादुई गोष्ट वाटते.

जसं आपलं कुटुंब असतं, तसं कुत्र्यांचं- मांजरांचं असतं, पक्ष्यांचंही असतं. त्यांच्यातपण आईबाबा, मामा, मावशी असतात का? झाडं बियातून कशी काय जन्मतात? पाऊस का पडतो आणि का थांबतो? रस्त्यांवर खड्डे का असतात? रस्त्यांवर कचरा का पडलेला असतो? शाळेला नाव कोणी दिलं? दिवाळी संपली तरी अजून दिवाळीची सुट्टी का नाही संपली, शाळा का नाही सुरू झाली? आपणच दुकान सुरू केलं तर आपल्याला केवढ्या वेगवेगळ्या वस्तू मिळतील, बँकेतल्या लोकांकडे केवढे पैसे असतात, असे सामाजिक - परिसरासंबंधीचे 'मूलभूत' प्रश्न प्रत्येक गोष्टीत पडलेले असतात. ते मुलं बिनदिक्कत विचारत असतात.

अशा उत्साहानं रसरसलेल्या मुलांना शाळेत वाचन, अंकगणित, लेखन शिकवण्याची जबाबदारी शिक्षकांवर असते. त्यांना शाळेत शिकवलेलं कळतंय ना, ही समजून घेण्याची जबाबदारी पालकांवर असते. अशा वेळी पालकांनीही खेळातून तर शिक्षकांनी शैक्षणिक साधनातून शिकवलं तर ते मुलांना सोपं जातं. अजूनही मूर्त संकल्पनांवर (जे समोर दिसतं आहे, त्यावर) विश्वास असतो. त्यामुळे बेरीज-वजाबाकी शिकवताना वस्तूंच्या साहाय्यानं शिकवणं योग्य ठरतं. छोटी खेळणी, छोटे खडे मोजूनही हे शिकवता येऊ शकतं. हे अनेक प्रयोगांमधून सिद्ध झालेलं आहे. पण आपल्याकडे अजूनही थेट खडू-फळा पद्धतीनं, अंक फळ्यावर लिहून शिकवण्याची पद्धत चालू आहे.

एका शाळेत पहिलीच्या वर्गात शिक्षिकेनं एक दिवस वजाबाकी शिकवली. दोन दिवस सराव चालू होता. त्यानंतर तिसऱ्या दिवशी वजाबाक्या सोडवताना त्या शिक्षिकेनं तिचा कान पिरगाळला.

- वजाबाकीसारखी गोष्ट अधिक सरावानं येऊ शकते, असं असताना शारीरिक शिक्षा करणं योग्य आहे का?
- या एका घटनेसारख्या अनेक घटना अनेक शाळांमध्ये कित्येक मुलांच्या संदर्भात घडत असतात. केवळ शाळेतच नाही तर घरीही अभ्यासावरून शारीरिक शिक्षा केल्या जातात.
- पहिलीच्या पातळीवर- जिथे अभ्यासाची नुकतीच सुरुवात झाली आहे- तिथे अभ्यासावरून शिक्षा केली तर काय साधलं जाईल?
- फटका दिला, कान पिरगळला, वर्गात उभं केलं, घरी उपाशी ठेवलं, अपमान केला तर अभ्यास एकदम जमायला लागतो का?
- शिक्षा केली तर अभ्यासाची इच्छा होईल की जाईल? अभ्यासाची भीती बसणं हे अपेक्षित आहे का?
- पालक किंवा शिक्षक आपल्या रागाला वाट करून द्यावी म्हणून मुलांवर राग काढतात का?
- मुलांना अभ्यास यायला हवा, ही तळमळीची इच्छा असेल तर आपली कृती त्यासाठी आनुषंगिक व्हायला हवी. आकलन आणि सराव याकडे नीट, नियमित लक्ष दिलं तर बहुतेक गोष्टी जमतात. मात्र त्यासाठी थोडा वेळ द्यायला हवा.

हा वेळच बहुधा आपल्याकडे नसतो.

- पालकांच्या मते, मी कुठून तुझा अभ्यास घ्यायला वेळ काढू? जे इतरांना जमतं ते तुला का नाही जमत?
- ज्या पालकांच्या घरी शिक्षणाची पार्श्वभूमी नाही, असे पालक मुलांचा अभ्यास कसा काय घेणार?
- शिक्षकांच्या मते, एका वेळेला इतक्या मुलांना शिकवायचं असतं. कुठं एकेकाकडे लक्ष द्यायचं? तेवढा वेळही नाही.

या दोन दृष्टिकोनांकडे बघितलं तर आपल्या लक्षात येईल की या दोन्ही समस्या मुलांच्या नाहीत. या मोठ्यांच्या जगातल्या समस्या आहेत. त्या त्यांनी आपापल्या पद्धतीनं सोडवायच्या आहेत. मोठ्यांच्या समस्यांचा भार लहान मुलांच्या खांद्यावर का टाकायचा? एक शिक्षक पहिलीच्या किती मुलामुलींना आत्मीयतेनं शिकवू शकेल, याचं प्रमाण काढून वर्गसंख्या ठरवणं हे नक्की कोणाचं काम आहे? त्यांनी ते करायला हवं.

शिक्षक आणि पालक आपले प्रश्न सांगू शकतात. पण लहानांचे प्रश्न त्यांनी कोणाला सांगायचे? लहानांच्या दृष्टीनं तिघं जण एका बाकावर दिवसभर बसणं, ही समस्या असू शकते. त्यांच्या नैसर्गिक भावनांना, विचारांना, बोलण्याला वर्गात स्थान असतं का?

जाहिरात करायला, लेखात लिहायला 'आनंददायी आणि बालकेंद्रित शिक्षण' हे शब्द सोपे वाटतात. पण प्रत्यक्षात, नीट बघितलं तर प्रौढकेंद्रितताच (पालककेंद्रितता- शिक्षककेंद्रितता- मॅनेजमेंट केंद्रितता वगैरे) दिसते.

पहिली हा तर औपचारिक शिक्षणाचा पाया आहे. शिक्षणाची केवढी तरी मोठी इमारत यापुढेच उभी राहायची आहे. ती भक्कम असायलाच हवी. पहिलीला शिकवणाऱ्या शिक्षकांनी मुलांचं वय, त्यांच्या वयाच्या गरजा, त्यांचं भावविश्व समजून घ्यायला हवं. या प्रक्रियेला पालकांचीही साथ हवी.

पहिलीच्या टप्प्यावर असलेलं मूल स्वतःच्या विश्वातून बाहेरच्या विश्वात नुकतंच येत असतं. त्याचा हा प्रवास सुखकर व्हायला हवा. घराबाहेरची पहिली सामाजिक संस्था म्हणून मुलांच्या विकासाच्या दृष्टीनं शाळेचं मोठं महत्त्व आहे. ते शाळेनं जाणून घ्यायला हवं- मुलांच्या दृष्टिकोनातून!

■

भाषा : विचारांचं माध्यम

- एक भाषा शिकणं चांगलं की त्यापेक्षा जास्त?
- एका वेळी एक भाषा शिकावी की दोन? दोन भाषा शिकल्या तर गोंधळ नाही का होणार?
- आमच्या मुलांच्या शाळेत मराठीत बोलायला बंदी आहे, हे बरोबर आहे का?
- मुलांना लहानपणापासून इंग्लिश माध्यमात घातलं म्हणजे त्यांना चांगलं इंग्लिश येईल. इंग्लिश येत नसल्यामुळे जे आमच्या बाबतीत झालं ते मुलांच्या बाबतीत व्हायला नको.
- शिक्षण मातृभाषेतच हवं. इंग्लिश ही एक भाषा येण्यासाठी मुलांना इंग्लिश माध्यमात घालण्याची काही गरज नाही. इतिहास, भूगोल, नागरिक शास्त्र यांसारखे विषय इंग्लिशमध्ये शिकण्याचा ताण मुलांना कशाला द्यायचा?
- आम्हांला इंग्लिश माध्यमाची शाळा नाही मिळाली; पण या शाळेत सेमी इंग्लिश सुरू होईल असं सांगितलंय. निदान गणित, इंग्लिश, विज्ञान तरी इंग्लिशमध्ये शिकता येईल.

अशी मतमतांतरं पालकांमध्ये आहेत. इंग्लिश माध्यमाकडे स्पष्ट

ओढा आहे. भविष्यात शिक्षण- नोकरीच्या संधी इंग्लिशवाल्यांना जास्त दिसत आहेत.

मुलामुलांच्यातही आता माध्यमं फूट पाडत आहेत.

- वेगवेगळी बोर्ड्स हा तर एक स्वतंत्र विषय आहे. पण सेमी इंग्लिशची एक तुकडी एखाद्या शाळेत असेल तर त्या तुकडीतली मुलं इतर तुकड्यांमधल्या मुलांना कमी लेखतात.
- दुसऱ्याला कमी लेखण्याचं हे लोण भावंडांमध्येही पसरतं आहे. आपलंच एखादं मावस-चुलत भावंडं मराठी माध्यमात असेल तर पद्धतशीर बाजूला केलं जातं.
- सोसायटीत बहुसंख्य मुलंमुली इंग्लिश माध्यमाची असतात. मराठी-इंग्लिश हा त्यांनी आपापसांत केलेला भेदभाव अनेकांनी अनुभवला असेलच.

मराठी माध्यमात मुलांना घालणं ही प्रवाहाविरुद्ध पोहण्यासारखी गोष्ट झाली आहे.

'शाळेचं माध्यम कोणतं असावं,' यापेक्षा भाषेला आपल्या जीवनात स्थान काय आहे, वेगवेगळ्या भाषा आपल्या जीवनात काय आणि कसा बदल घडवून आणतात, हे जाणून घेणं आवश्यक आहे.

जन्माला आल्यापासून दीड-दोन वर्षांत मुलं बोलायला लागतात. चुकतमाकत, पण शिकत-सुधारत अस्खलितपणे बोलतात. एक-दोन शब्दांपासून सुरू झालेला हा भाषेचा प्रवास पुढे लाखो शब्दांपर्यंत पोहोचतो. एक भाषा ओलांडून दोन-तीन भाषांपर्यंत सहजच जातो. जन्मापासून कानावर जर वेगवेगळ्या भाषा विनासायास येत राहिल्या, तर हे विविध भाषिक वातावरण अनौपचारिकरीत्या समाजातून मिळतं.

अर्थातच घरात बोलली जाणारी घरभाषा ही कानावर पडणारी पहिली भाषा. मातृभाषेपेक्षाही घरभाषेचा प्रभाव मोठा असतो. आजकाल अनेक घरांमध्ये आईची आणि बाबांची भाषा वेगळी असू शकते. अशा वेळेस जी भाषा जास्तीतजास्त कानावर पडते, ती चटकन आत्मसात केली जाते.

यानंतर महत्त्वाचा मुद्दा येतो तो परिसर भाषेचा. परिसरात बोलली जाणारी परिसरभाषा हीदेखील सहजपणे ऐकली आणि बोलली जाते. टीव्ही आणि चित्रपटांमधून वेगळ्या भाषा कानावर पडतात. शेजारी, मित्रमैत्रिणींची वेगळी म्हणजे हिंदी, गुजराती, कन्नड भाषा नीट ऐकली आणि बोलण्याचा प्रयत्न

केला तर तीही येऊ शकते. शाळा, भाषा शिकवणारे वेगवेगळे क्लास यातून औपचारिक शिक्षण घेता येतं.

यापेक्षा वेगळी भाषा असते ती पाठ्यपुस्तकांची, परीक्षेत लिहिली जाणारी, दूरदर्शनवरच्या बातम्यांची ही प्रमाणभाषा असते. ती नेहमीच्या वापरातल्या घरभाषेपेक्षा वेगळी असते. त्याचा सराव हळूहळू होत जातो. यातल्या वेगवेगळ्या छटा मुलांना ऐकून, बोलून चांगल्या समजतात.

एकाच मराठी भाषेबद्दल बोलायचं तर भाषेची ही रूपं आहेत. स्वत:च्या घरभाषेशिवाय अशा दोन-तीन किंवा त्याहून जास्त भाषा सहजपणे बोलता येतात. याची वरीलप्रमाणे सामाजिक, शैक्षणिक कारणं आहेतच; तसेच शरीरशास्त्रीय कारणंही आहेत.

सर्वात महत्त्वाचं म्हणजे एकापेक्षा जास्त भाषा आपण बोलू शकतो, याला आपल्या मेंदूची साथ असते. तशी यंत्रणाच मेंदूमध्ये असते.

- कोणतीही एकच भाषा बोलणे,
- कोणत्याही दोन भाषा अजिबात सरमिसळ न करता एकाच वेळी शिकता व बोलता येणे,
- अनेक भाषा येणे व त्या सरमिसळ करत बोलणे असे सर्व प्रकार आपल्याला करता येऊ शकतात.

हे मेंदूचं वैशिष्ट्य आहे. तशी सोय करून ठेवलेली आहे.

घरात मराठी, आई कन्नड भाषिक आणि शेजारी हिंदी भाषिक असं भाषासंपन्न वातावरण एका छोट्याशा मुलाला / मुलीला मिळालं तर 'या सर्व भाषा आता तुला शिकायच्या आहेत', असं न सांगताही तो नुसतं ऐकून या सर्व भाषा बोलायला शिकेल. त्याला या भाषांमध्ये स्पष्ट आणि व्याकरणशुद्ध बोलताना पाहून इतरांनाच आश्चर्य वाटेल. जितक्या वेगवेगळ्या भाषा ऐकण्याची, शिकण्याची संधी मिळते, तितक्या भाषा मुलांना येऊ शकतात आणि ते चांगलंच आहे, हे खरं.

विविध भाषांचं सहजशिक्षण झालं तर ते चांगलंच. अनौपचारिक वातावरणात जाणीवपूर्वक भाषेचं शिक्षण देणं यातून भाषा आत्मसात करता येते.

सक्ती, जबरदस्ती आणि शिक्षणाचा उलटा क्रम यातून मात्र फक्त दडपण निर्माण होतं. मुलांच्या भाषाशिक्षणातील पहिली समस्या म्हणजे अयोग्य क्रम. भाषाशिक्षणाच्या चार पायऱ्या सांगितल्या जातात : (१) श्रवण (२) संभाषण (३) वाचन (४) लेखन. यात आकलन गृहीत धरलेलं आहे. घरात मुलं पहिली

भाषा शिकतात ती केवळ श्रवण करून. त्यानंतर संभाषण. वाचन, लेखन शाळेवरच सोपवलेलं असतं.

दुसरी भाषा शिकताना सुरुवात लेखनापासून केली तर क्रम चुकणारच. आधी एबीसीडी लिहायला शिकवलं, तर ही संपूर्ण उलटी पद्धत आहे. मराठी भाषा शिकवायची औपचारिक सुरुवातही छोटे धडे, कविता यांच्या वाचनापासून करतात. तसंच गमभन लेखनापासून करतात. वास्तविक श्रवण आणि संभाषणाच्या खूप जास्त संधी पहिल्या पायरीवरच दिल्या पाहिजेत. मात्र त्याला फारशी जागाच ठेवलेली नाही. प्रत्येक शिक्षकानं आपल्या वर्गात जाणीवपूर्वक अनौपचारिक वातावरण ठेवलं तर दडपणाविना मुलं भाषा शिकतील.

आपल्या मेंदूत अनेक भाषा शिकण्याची यंत्रणा आहे. पण एका भाषेची खिडकी बंद केली की दुसऱ्या भाषेची उघडते, अशी रचना नाही. एकाच वेळी इतरही भाषा शिकता येतात. त्यामुळे इंग्लिश शिकताना मातृभाषेत बोलण्यासाठी घातलेली बंदी ही चुकीची आहे. शाळेत नुकत्याच प्रवेश घेतलेल्या मुलांची मातृभाषा किंवा घरभाषा ही जास्त पक्की असते. साहजिकच सवयीनं त्यांना ती भाषा बोलता येते. मात्र शाळेच्या परिसरात केवळ इंग्लिशच बोलायचं, तसेच तीन वेळा मातृभाषेत बोललेलं चालू शकतं. मात्र चौथ्यांदा बोलल्यास शिक्षा केली जाते. काही शाळांमध्ये लहान गटांपर्यंत मातृभाषेत बोललेलं चालतं. पुढे मात्र इंग्लिशची सक्ती केली जाते. शाळेचे असले नियम मुलांच्या संवादकौशल्यांचा सपशेल घात करतात. वर्गातल्या मुलाला/मुलीला उत्स्फूर्तपणे काहीतरी म्हणायचं आहे, ते त्याला त्याच्या भाषेत व्यक्त करायला बंदी आहे, दुसरी भाषा तितकीशी येत नाही. मग त्यानं काय करायचं? तर संवाद साधण्याची इच्छा असूनही त्यानं गप्प बसायचं. यात केवळ संवादकौशल्याचा घात नाही, तर त्यापेक्षा महत्त्वाचं म्हणजे विचारक्षमतेवर घाला आहे. कसलीच व्यवस्था माणसांना बोलू देत नाही, प्रश्न विचारू देत नाही, याची सुरुवात ही अशीच करून देत आहोत आपण?

इंग्लिश भाषेतच बोलायची सक्ती असते तेव्हा संवादकौशल्य, विचारशक्ती अशा संपूर्ण व्यक्तिमत्त्वासाठी तसेच भविष्यात अत्यावश्यक असलेल्या कौशल्यांवरच आघात होतो. हा प्रश्न केवळ मूठभर मुलांचा नाही; तर आज इंग्लिश माध्यमांच्या कित्येक शाळांमध्ये अशी बंदी/सक्ती आहे. त्यात शिक्षण घेणारी लाखो मराठी/हिंदी/इतर भाषिक मुलं गप्प आहेत. त्यांचे विचार खुंटत आहेत. ती मागे पडत आहेत, याचे कारण आहे उत्स्फूर्तपणे बोलण्यावर

घातलेली बंदी. बोलायचंच नाही तर विचार कशाला करायचा, असा विचार त्यातून बळावतो आहे.

इंग्लिश माध्यमाच्या शाळेत मुलं जाणार असतील तर त्यांच्या अभिव्यक्त होणाऱ्या भाषेवर विशेष मेहनत घ्यावी लागेल. तशी घेतली नाही तर बहुतांश मुलं मनाने चार ओळी निबंधसुद्धा लिहू शकत नाहीत. कारण इंग्लिश बोलायला वेळ लागतो. मराठी (अथवा इतर कोणतीही स्थानिक भाषा), हिंदी जाणीवपूर्वक मागे ठेवलेलं असतं. त्यामुळे कोणतीच एक भाषा धड येत नाही. हा प्रश्न केवळ भाषा विषयापुरता मर्यादित नाही. आपल्याला बरंचसं इतिहास, भूगोल, काही प्रमाणात विज्ञान, गणित हेही भाषेतूनच व्यक्त करायचं असतं. तसंच केवळ प्रश्नोत्तरं लिहिणं म्हणजे भाषा येणं नाही. भाषाच खुंटली तर मुलं कोणत्याच भाषेतून कोणताच विषय धडपणे लिहू शकत नाहीत. हे आजच्या शाळांतलं सत्य हळूहळू बाहेर पडतंय. काही थोड्या चमकदार मुलामुलींच्या बाबतीत असे प्रश्न येत नाहीत. पण अशी मुलं खरोखरच संख्येनं थोडी असतात. बरीचशी मुलं अभ्यासात मागे पडतात, मग त्यांच्या पालकांवर त्यांचं ओझं टाकलं जातं, पालक मुलांना क्लास लावतात, त्यांचा सतत अभ्यास घेतात. मुलांवरचा ताण अतोनात वाढतो. 'आपल्याला काहीच येत नाही' याचं दडपण वाढतं. पाठांतरावर भिस्त ठेवली जाते. या सगळ्या दुष्टचक्रात तांत्रिक अभ्यास उरकण्यापेक्षा आधी भाषा सुधारा... विचार मोकळे होऊ द्या... त्यांना व्यक्त होऊ द्या हे भान कोणालाच उरत नाही.

वास्तविक भाषा हे व्यक्त होण्याचं माध्यम आहे. कितीही भाषा शिकाव्यात. त्याला काहीच बंधन नाही. भाषा आत्मसात कशी केली जाते आणि शिकवली कशी जाते, हा मूळ मुद्दा आहे.

■

वरच्या इयत्तांच्या उंबरठ्यावर

वरच्या इयत्तेची नवलाई काही वेगळीच! वरचा वर्ग, नवा वर्ग, वेगळे शिक्षक, त्यातून नव्या वस्तूंची मजा. या आकर्षणामुळे मुलांची शाळा आनंदात सुरू होते. वरची इयत्ता म्हणजे वरचं शिक्षण. शिक्षणाचा स्तर वाढतो, अभ्यास वाढतो. शिक्षकांच्या आणि पालकांच्या अपेक्षाही वाढतात.

सुट्टीमुळे पालकांची थांबलेली कामं पुन्हा सुरू होतात. शाळेनं दिलेला अभ्यास करून घेणे, तो अभ्यास करून घेण्यासाठी मागे लागणे, त्यासाठी क्लास वगैरे लावणे अशा पद्धतीनं पालक मुलांच्या अभ्यासात सहभागी होतात. पालकांची कामं वाढवणाऱ्या (!) या अजून काही गोष्टी -

- सध्या कोणत्याही वर्गात साठ ते सत्तर-ऐंशीसुद्धा मुलं असतात. शिक्षक मात्र एकच असतो. शिक्षकांचं लक्ष प्रत्येकाकडे जाणं शक्य नाही, हे लक्षात घेऊन आपल्या मुलांकडे जातीनं लक्ष देणं आवश्यक असतं.
- तसंच शाळेकडे आपण विविध विषयांशी संबंधित असलेलं शिक्षण सोपवतो. त्या शिक्षणातही क्लासच्या रूपानं लक्ष घालावंच लागतं. त्यामुळे सध्याच्या शाळा, त्यातली गर्दी, शिक्षकांची कामं

यात मुलांच्या खास गरजांकडे लक्ष देणं कदाचित शाळेला जमणार नाही; म्हणून हे काम पालकांचंच!

- शाळेनं तयार केलेलं प्रगतिपुस्तक म्हणजेच आपल्या मुलांची पूर्ण बुद्धिमत्ता, असं कृपया समजू नका. यात मुख्यत: विषयांना दिलेले गुण असतात. प्रत्येक विषयाची किती तयारी झाली आहे, किती तयारी करून द्यायला हवी आहे, हे त्यात मुख्यत्वेकरून असतं. आता नव्या पद्धतीप्रमाणे सर्वंकष मूल्यमापन केलं गेलं असलं तरी शिक्षक वर्गातल्या एकूण पटसंख्येपैकी प्रत्येक मुलाकडे किती लक्ष देऊ शकेल, हे आपण लक्षात घ्यावं. पालकांना 'आपलं मूल' माहीत हवं. शाळेचा दृष्टिकोन वेगळा आणि पालकांचा वेगळा असू शकतो.

कधीकधी अगदी बालवाडीतल्या मुलांवर विविध लेबलं लावली जातात.
'तुमचं मूल लिहायचा कंटाळा करतं.' - हे एक आवडतं लेबल आहे.
'मूल एडीएचडी (hyperactive) आहे.'
'अध्ययन अक्षम आहे.'

पालकांना वाटतं, आत्तापर्यंत हुशार असणाऱ्या आपल्या मुलांत असे बदल का झाले? बहुसंख्य पालक याच्या मुळाशी जात नाहीत. कारण ती चांगली शाळा आहे, आपण एवढे पैसे मोजले आहेत. शाळा कशाला खोटं बोलेल? आपल्या मुलातच काहीतरी 'खोट' असणार, अशी विचारधारा पालकांची होते. मुलांवर लेबल लावणं हे सर्वात सोपं असतं, आणि बहुसंख्य शाळांमध्ये हेच घडतं. आपल्या मुलांसंबंधी काही बोलायचं असेल तरी शाळा परवानगी देत नाहीत. पालकांना शाळेत शिरकाव नसतो. त्यामुळे समस्येची दुसरी बाजू ऐकून घेणं ही अतिशय लांबची गोष्ट आहे. यात मूल भरडलं जातं. आपली बहुसंख्य मुलं लेबलं झेलतात. काही त्यातून आक्रमक होतात; तर काही कोमेजतात.

शाळेत मुलांना अनेक विषय समजून घेण्याची संधी दिली जाते. मात्र, त्यातूनही मुलांचा विशेष कल कोणत्या विषयाकडे आहे, हे पालकांनी बघायला पाहिजे. तसंच शालेय विषयाच्या परिघाबाहेरही अनेक विषय आहेत. अनेक कला, छंद, व्यासंग आहेत, त्याचीही ओळख करून दिली तर मुलांचा कल लक्षात येईल.

मुलं आपापल्या नव्या नवलाईच्या इयत्तांच्या उंबरठ्यांवर आहेत. त्यांना प्रोत्साहन देण्याची, त्यांची छान तयारी करून घेण्याची हीच वेळ आहे!

मूल बालवाडीच्या टप्प्यावर असेल, प्रथमच शाळेत जाणार असेल, तर

शाळेबद्दल छान बोला. शाळेच्या चांगल्या गोष्टी सांगा. त्यांच्यासाठी ही अनोळखी जागा असल्यामुळे त्यांना रुळायला वेळ लागू शकतो.

बालवाडीच्या पुढच्या वर्षी शाळा आणि मित्रमैत्रिणी मुलांच्या ओळखीच्या असतातच. त्यामुळे मुलं शाळेत जायला उत्सुक असतात. याच सुमाराला काही शाळांमध्ये एकदम अभ्यास सुरू करतात. लेखन सुरू करतात. वास्तविक सहा वर्षांआधी लेखनाची सक्ती करणं चुकीचं आहे. मात्र बहुतेक शाळा याकडे दुर्लक्ष करतात. लेखनात चुका झाल्या तर शिक्षा असा अयोग्य प्रवास सुरू होतो. काही शाळा आणि पालक पहिलीची तयारी म्हणून या बालवाडीच्या दुसऱ्या वर्गाकडे बघतात. पहिलीचा अभ्यास बालवाडीत करून घेतात. याचा ताण कोवळ्या मनावर पडल्याशिवाय कसा राहील? अशा परिस्थितीत त्यांचा उत्साह टिकवून ठेवणं, हे काम पालकांनीच करायचं.

पहिली-दुसरीमध्ये अभ्यासाची व्याप्ती वाढते. लेखन जोरात सुरू होतं. खेळ कमी होतो. चुकीच्या वागण्याबद्दल शिक्षा सुरू होतात. मात्र, या वयात मुलं इतकी खेळकर असतात की शिक्षा वगैरे विसरून खेळण्यात मश्गुल होतात. शाळा मुलांकडून अभ्यासाच्या अपेक्षा करायला लागते; पण मुलांच्या खेळकर वृत्ती त्याला विरोध करतात. पुढे अभ्यास वाढणार आहे, हे लक्षात घेऊन जास्त अभ्यास करवून घेण्याकडे पालकांचा कल असतो. आणि हे धुडकावण्याकडे मुलांचा कल असतो. 'अभ्यास करत नाही', म्हणून पालक रागवायला सुरुवात करतात. खरं तर त्यामुळेच मनात अभ्यासाची नावड निर्माण होते.

तिसरी-चौथीत अभ्यासाच्या अपेक्षा चांगल्याच वाढतात. मात्र, त्याकडे दुर्लक्ष करून आठ ते दहा वयोगटातल्या या मुलांना खेळायचं असतं. भरपूर शारीरिक हालचाली त्यांना करायच्या असतात. जखडून बसायला त्यांना आवडत नाही. जमेल तितक्या वेळात मुलं दंगा करतात. दुसरीकडे मित्र आणि मैत्रिणींची आवडही वाढते. या वयात घट्ट मैत्री होते. अर्थातच भांडाभांडीही होते. मुलांना भरपूर खेळून देऊन त्यांच्याकडून अभ्यास करवून घेणं हे कौशल्याचं काम पालकांना करावं लागतं.

पाठ्यपुस्तकात अनेक संकल्पना नव्याने कळत असतात. केवळ घोकंपट्टी करून नाही; पण या संकल्पना त्यांना समजल्या आहेत का, हे पालकांनी बघावं. शाळेचे शिक्षक शिकवतात, क्लासचे शिक्षक पाठ करून घेतात; पण संकल्पना समजून घेण्याचं बऱ्याचदा राहूनच जातं. पेपरमध्ये मार्क मिळाले तरी ते पाठांतरावर आधारित असू शकतात, हे लक्षात घ्यावं. उदाहरणार्थ,

गणितातल्या बेरीज, वजाबाकी, गुणाकार, भागाकार यांसारख्या कृती, भूगोल, विज्ञान अशा विषयांतल्या संकल्पना. कारण याच पायावर आधारित अभ्यासक्रम पुढच्या वर्षांमध्ये असतो.

पाचवीच्या पुढची सात-आठ वर्षं अभ्यास नेटानं करण्याची असतात. आता इतरांच्या अपेक्षा वाढलेल्या असतात. आपल्याला आवडते विषय कोणते आणि नावडते विषय कोणते याची जाण येऊ लागते. विशिष्ट विषयात एकदम रस वाढतो. काही जणांचा विशिष्ट खेळाकडे कल वाढतो. काहींचा गाणं, नाच, वाद्यवादन, नाटक, वाचन यांतला कल वाढतो. अनेकदा मित्राची किंवा मैत्रिणीची आवड हीच आपली आवड, असा चुकीचा समज व्हायची शक्यता असते. अभ्यास आपल्यासाठी आहे, हे हळूहळू कळायला लागलेलं असतं.

अभ्यास करण्याची प्रत्येकाची स्वतंत्र स्टाईल किंवा शैली असते. काही मुलांचा अति गोंधळ असतानाही अभ्यास होतो, तर काहींना एकांत लागतो.

काही मुलं गाणी ऐकत, संगीत ऐकत अभ्यास करतात; तर काहींना लांबून आलेला गाण्याचा आवाजही सहन होत नाही. काही मुलं सलग तासभर अभ्यास करू शकतात; तर काही मुलं दर दहा मिनिटांनी फिरून येतात. काही मुलं लिहून पाठ करतात, काही जण मनातल्या मनात बोलून, तर काही जण मोठ्यानं पाठ करतात. काहींना मोठ्यानं वाचल्याशिवाय कळतच नाही. मुलांची अभ्यासाची पद्धत नक्की कोणती, हे शोधायला त्यांना मदत करा.

काही जण शिक्षकांचा चेहरा, हावभाव लक्षात ठेवतात. अशी मुलं चित्रं, आकृत्या यातून लवकर शिकतात किंवा लक्षात ठेवतात. लेखी मजकुरासोबत चित्रं असली की त्यांना सोपं पडतं. अशी चित्रं पुस्तकात नसली तर त्यांनी स्वतःहून चित्र काढावीत. आकृत्या काढाव्यात. त्यांना विविध मॉडेल्स, फिल्म्स दाखवाव्यात.

काही जण बोलणाऱ्या व्यक्तीचा शब्द न् शब्द साठवून ठेवतात. शिक्षकाचा आवाज, आवाजातले चढउतार, बोलण्याचा वेग या गोष्टी आकलनावर परिणाम करत असतात. सरळसोट, बोलण्यात चढउतार नसेल तर आवडीचा विषय असूनही ते कंटाळतात. एकमेकांशी बोलणं, चर्चा करणं, दुसऱ्याला समजावून सांगणं यातून त्यांना नीटपणे कळतं. कोणतीही गोष्ट हाताने करून बघतात, त्यातून शिकतात. विज्ञान, भूगोल या विषयात तर करून बघण्याकडे त्यांचा जास्त कल असतो. परंतु भाषेसारखा विषय अभिनयातून समजून घेतात. भाषिक /गणिती/वैज्ञानिक खेळातून काही जण पटकन शिकतात. मुलांना त्यांचा

अभ्यास कशा प्रकारे जास्त चांगला होतो, हे ओळखायला मदत करायला हवी.

या टप्प्यांवर त्यांना पालकांची काही बाबतीत गरज असते. (म्हणजे मुलांना तसं वाटत नाही. पण पालकांनी त्यात कौशल्यपूर्वक लक्ष घातलं तर त्यांची अभ्यासाची आगामी वर्षं चांगल्या पद्धतीनं जातील.)

अभ्यासात आवश्यक तिथेच मदत करा. किती आणि कशी मदत करायची, हे मुलांशी बोलून ठरवा. त्यांची आवड कशात आहे, हे जर त्यांच्या लक्षात आलं नसेल तर ते लक्षात आणून द्या. आवडीला प्रोत्साहन मिळण्याचंही हेच वय आहे. मुलांबरोबर गप्पा मारणं, एखादा खेळ खेळणं याला प्राधान्य दिलं तर मुलांना आवडतं. या वयातल्या मुलांना समाजात मिसळू देणं गरजेचं. केवळ अभ्यासात कोंडून ठेवू नका. समाजात जगायचं कसं असतं, याचं शिक्षण त्यांचं त्यांना मिळवू द्या.

पालकांनी आणि मुलांनी जरूर 'स्टडी टूर्स'ना जावं. मजा सहलीचीच; पण त्यातून इतिहास, भूगोल, विज्ञानातल्या संकल्पना समजून घेणं, निसर्गात भटकंती, इतरांनी उभारलेली कामं, प्रकल्प बघणं हे आवर्जून करावं. शाळा सहलीतून अनेक गोष्टी दाखवत असेल, परंतु बऱ्याचशा गोष्टी दाखवणं शाळेला शक्य होत नाही. ते काम पालकांचं आहे.

ऐकणं, लेखन-वाचन करणं यापेक्षाही महत्त्वाचं म्हणजे स्वत: करून बघणं. स्वत: अनुभव घेणं हे शाळेत कितपत शक्य होईल, हे सांगता येणं अवघड आहे. पण घरी मात्र निश्चितपणे जमेल.

■

अभ्यासाचा कंटाळा

मुलांना नेहमीच अभ्यास करायचा कंटाळा का आलेला असतो? टीव्ही बघायचा मात्र कधीच कंटाळा येत नाही. लहान असताना ज्या मुलांना आईबाबांनी सांगितलेली कामं करायला अपार उत्साह आलेला असतो, त्यांनाच थोडं मोठं झाल्यावर सगळ्या कामांचाच कंटाळा का येतो, अभ्यास करायचा तर कायमच जिवावर का येतं, असे प्रश्न पडल्याशिवाय राहत नाही.

अभ्यास म्हणजे फक्त त्याच त्या गोष्टी पार पाडणं, असं असेल तर कंटाळा येणारच. वहीतलं पुस्तकात आणि पुस्तकातलं वहीत - यामुळे कंटाळ्याचं प्रमाण वाढतं. 'एवढी लहान मुलं; पण सारखा कसला कंटाळा येतो,' असं ऐकून घ्यावंच लागतं. पण रोजच्या कामातला काही एक भाग- त्यात अभ्यासही आलाच- हा आव्हानांशी, वेगवेगळ्या उपक्रमांशी जोडला गेला तरच त्यातून आनंद मिळेल. मग हे उपक्रम अवघड असले तरी त्यात त्यांना आनंदच मिळेल.

आपल्याला हे माहीत आहे, की कोणतीही गोष्ट स्वतः हाताने केल्याशिवाय शिकता येत नाही. जसं पुस्तक वाचून सायकल शिकता येत नाही, सायकल चालवता येण्यासाठी स्वतः सायकल हातात धरावी लागते, तोल साधावा लागतो,

तो साधण्यासाठी धडपडावं लागतं, असे प्रयत्न केले की सायकल चालवता येते. पोहण्याचंही तसंच. स्वतः काठावर बसायचं आणि दुसऱ्याचं बघूनबघून पोहायला शिकायचं हेदेखील शक्य नाही. पाण्यात पडल्यावर कसे हातपाय मारायचे, याचा हवेमध्ये कितीही वेळा सराव केला तरी पोहणं येणार नाही. पोहण्यासाठी पाण्यात उतरून हातपाय मारावे लागतात, तेव्हाच पोहायला येतं. केवळ दुसऱ्याचं ऐकून कसं शिकायचं, हे समजतं; पण नुसतं ऐकून स्वतःला ती गोष्ट करता येईलच असं नाही. प्रत्यक्ष करून बघणं याला शिकण्यात अतिशय महत्त्व आहे. गायन, वादन, नृत्य, चित्रकला, शिल्पकला, हस्तकला अशा सर्व कलादेखील स्वतः करून बघितल्याशिवाय जमणार नाहीत. स्वतः गाऊन बघावं लागतं, नृत्य करून बघावं लागतं. हातात कुंचला धरून रंगवावं लागतं. माती हातात घेतल्याशिवाय निरनिराळ्या वस्तू तयार होणार नाहीत. स्वतः करून बघितल्याशिवाय चुका होणार नाहीत. चुका झाल्या नाहीत तर शिकणं कसं होणार?

मात्र हाच न्याय शालेय विषयांसाठी लावला जात नाही. शाळेत शिकवले जाणारे विषय पाठ्यपुस्तकं वाचून समजून घ्यावेत, शिक्षकांनी वर्गात शिकवावेत आणि मुलांनी ऐकून समजावून घ्यावेत. वह्या-पुस्तकं वाचून पुनःपुन्हा लिहावं, ही शिक्षणाची सर्वमान्य पद्धत आहे. त्यातूनच शिकण्याची प्रक्रिया घडावी असं अपेक्षित असतं. अशा एकसुरी साच्याचा मुलांना चांगलाच कंटाळा येतो. त्यातून अभ्यासाचा आणि अभ्यासाशी संबंधित सगळ्या गोष्टींचाच कंटाळा येतो. नवीन काही शिकायचं म्हटलं तरी मुलं निरुत्साह दाखवतात. मात्र, हीच मुलं खेळायला तयार असतात, स्वतःहून काही नवनिर्मिती करायला उत्सुक असतात.

वास्तविक एखादी गोष्ट करून बघणं यात मजा असते, आनंद असतो. त्यातून शिकायला उत्साह येतो. त्यामुळे यातून जे शिकणं होतं, ते जास्तीतजास्त काळ लक्षात राहतं. हे लक्षात घेऊन स्टॅसी विल्सन यांनी वर्गात एक प्रयोग केला. नुसता प्रयोग नाही, तर या प्रयोगाला शास्त्रशुद्ध संशोधनाचं स्वरूप दिलं. त्यांनी शाळेतले विविध विषय शिकवण्यासाठी आधी विविध कृती निवडल्या. या सर्व कृती, उपक्रम विषयाला अनुरूप होते. यात खालील गोष्टींचा समावेश होता :

१. **लेखन :** हे लेखन अर्थातच प्रश्नोत्तरांच्या किंवा पेपरच्या स्वरूपात नव्हतं; तर मजेदार पद्धतीचं, मुलांना स्वतःच्या मनाचं काही लिहायला मिळावं यासाठी होतं. त्यांनी स्वतःचे अनुभव लिहावेत असं अपेक्षित होतं.

२. **कला :** कोणत्याही कलेची निर्मिती होत असते, तेव्हा मेंदूत उच्च

बौद्धिक क्रिया चाललेल्या असतात. अतिशय एकाग्रतेनं काम चालू असतं. कारण त्यात मन गुंतलेलं असतं. गाणी, चित्रं, शिल्प यांसारख्या कलांच्या माध्यमातून विषय समजावून घ्यायला मदत केली. सरावासाठी विविध कलाकृती तयार करण्याचा अनुभव मुलांना घेता आला.

३. **मॉडेल्स :** भूगोल, विज्ञान यासारखे विषय जास्त चांगल्या पद्धतीनं समजण्यासाठी त्यांनी मुलांना मॉडेल्स बनवण्यासाठी प्रोत्साहन दिलं. कागद, वाळू यांच्या वापरातून अनेक सोपी मॉडेल्स तयार झाली.

४. **प्रयोग :** विज्ञान हा विषय मुलांना स्वत:च्या स्वत: उलगडता येतो. त्यासाठी त्यांना प्रयोग करायला देणं आवश्यक असतं. स्वत: प्रयोग केल्यामुळे मुलांना कार्यकारणभाव चटकन समजतो. त्यासाठी घोकंपट्टी करायची गरज नसते.

५. **सर्जनशील कृती :** याशिवाय मुलांना ज्या सुचल्या त्या सर्व कृती.

या प्रयोगामध्ये मुलांनी स्वत:च्या शिकण्याचा मार्ग स्वत:च निवडायचा होता. स्वत:च आखायचा होता. वर सांगितलेल्या पद्धतींपैकी आपल्याला काय करायला आवडेल, जमेल, हे त्यांनी स्वत:च ठरवलेलं होतं. मुलांना शिक्षकांनी काहीही सुचवलं नाही. एखादी कृती अमुक पद्धतीनं करा, अशा सूचना दिल्या नाहीत. मुलांनी स्वत:च्या कृती, मॉडेल्स किंवा कोणते प्रयोग करायचे, हे स्वत:च ठरवलं. त्यांना लागणाऱ्या वस्तू पुरवल्या. या वस्तू महाग नसतील हे बघितलं.

ज्या वेळेस मुलं आपापल्या उद्योगात मग्न होती, तेव्हा वर्गात दंगा होता, आवाज होता. संपूर्ण वर्ग अत्यंत क्रियाशील आणि उत्साही व्हायचा. आणि या वातावरणातूनच मुलांच्या 'ओरिजिनल' कृती साकार व्हायच्या, असा अनुभव संशोधिकेने नोंदवला आहे. या प्रयोगातून मुलांनी खूपच चांगली कामगिरी करून दाखवली.

मुलांनी ज्या कृती केल्या, त्या कोणत्या विषयासाठी केल्या, ती कृती कशी सुचली, ती प्रत्यक्षात कशी उतरवली, ते करताना काय अनुभव आले, या सर्व गोष्टी मुलांनी स्वत:च इतरांना सांगितल्या. यातून त्यांनी स्वत:चं मूल्यमापन केलं.

स्वत: शिकण्यापासून ते मूल्यमापनापर्यंत सर्व गोष्टींतून त्यांचं स्वयंअध्ययन घडून आलं.

अशाच प्रकारचे अनेक प्रयोग काही शाळांमध्ये केले जातात. पुण्यातल्या 'अक्षरनंदन' शाळेत वर्गात इंग्लिश शिकवलं जातं, त्याबरोबर इंग्लिशची नाटकं होतात. इतिहासाचीही नाटकं होतात. वर्ध्याच्या 'आनंद निकेतन'मध्ये

कृतीतून शिक्षण यावरच सगळा भर आहे; तर कोल्हापूरच्या 'सृजन आनंद'मध्ये भूगोलातल्या विविध विषयांच्या गोष्टी केल्या जातात. अगदी खाणीचीसुद्धा गोष्ट केली आहे, तर गणिताची गाणी तयार केली आहेत. या विषयावर लिहिण्यासारखं खूपच आहे.

मात्र, मुलांच्या बुद्धीला उद्दीपन मिळावं, म्हणून असे प्रयोग करून बघितले जातात. मुलांचा वयोगट लक्षात घेऊन अनेक विषयांसाठी असे प्रयोग करता येतात. स्वतः करून बघून, चुकून, त्या चुकांतून शिकून, शिकण्याची गंमत ही ज्ञानरचनावादी शिक्षणपद्धतीतून साध्य करता येते.

हा प्रयोग आपल्या घरीदेखील करता येईल- करायला हवा. कंटाळलेल्या मुलांसमोर याशिवायही वेगवेगळ्या गोष्टी ठेवायला हव्यात. त्यासाठी सतत डोक्याला चालना द्यायला हवी. यासाठी मेंदूचे आणि शरीराचे वेगवेगळे व्यायाम हवेतच. कोडी सोडवणं हा एक चांगला व्यायाम समजला जातो. मात्र, ती कोडीदेखील वेगवेगळ्या प्रकारची हवीत. नेहमीपेक्षा थोड्या अवघड गोष्टी करायला सांगायला हव्यात. अवघड गणितं सोडवणं, नव्या- वेगळ्या विषयांची पुस्तकं वाचणं.

- शक्य तेवढी हालचाल करणं, मैदानावर जाऊन खेळणं, धावणं, टेकडी चढणं, झाडावर चढणं, वेगवेगळ्या प्रकारचे खेळ खेळणं.
- शरीराला आणि मनाला शांततेची अत्यंत गरज असते. थोडा वेळ आवर्जून शांत बसणं पण अर्थातच टीव्हीसमोर नाही.
- वेगवेगळ्या वयोगटाच्या आणि तऱ्हेतऱ्हेची कामं करणाऱ्या माणसांना भेटत राहा. त्यांच्याशी बोला. त्यांचे अनुभव विचारा.
- वेगवेगळ्या प्रकारच्या ठिकाणी फिरायला जाणं. वेगवेगळ्या लोकांबरोबर, निरनिराळ्या ठिकाणी जाणं, हे जास्त चांगलं! मेंदूला विविध प्रकारे जागतं ठेवणं अतिशय आवश्यक आहे. त्याच्यासमोर वेगळ्या- अवघड गोष्टी जाणीवपूर्वक ठेवायला हव्यात.

■

'निक्काल' लागण्याचे दिवस

शाळेतल्या स्नेहसंमेलनाचा दिवस हा सर्वोच्च आनंदाचा असतो, तितकाच बऱ्याच मुलांच्या दृष्टीनं निकालाचा दिवस वाईट असतो. ज्यांनी वर्गात पहिल्या दिवसापासून लक्ष दिलं आहे, घरी आल्यावर उजळणी केली आहे, सर्व गृहपाठ पूर्ण आहेत, पाठांतर चांगलं आहे, प्रश्नपत्रिका सोडवण्याचं तंत्र चांगलं जमलं आहे, अशा मुलांच्या पालकांना निकालाचा दिवस वाईट जाण्याचा प्रश्नच नाही! मात्र, ज्यांना अभ्यासात अडचणी आहेत, ज्यांचे निकाल अपेक्षेप्रमाणे लागत नाही, अशा मुलांची बाजू समजून घेण्याचा छोटासा प्रयत्न इथे केला आहे.

वर्षभर केलेल्या अभ्यासाचं फलित म्हणजे वार्षिक परीक्षेचा निकाल. वर्गात शिक्षकांनी जे शिकवलं, त्यातल्या कशाचं आकलन झालं, कशाचं आकलन झालं नाही, हे तपासणं हा परीक्षा घेण्याचा उद्देश असतो. गेल्या काही वर्षांपर्यंत केवळ वार्षिक परीक्षेचे गुण धरले जायचे. पण आता सातत्यपूर्ण सर्वंकष मूल्यमापनामुळे मुलांच्या दैनंदिन अभ्यासाला, रोज केलेल्या गृहपाठांनाही गुण दिले जातात. त्यामुळे या सगळ्यांचा उपयोग गुणांची कमाई करण्यासाठी मुलांना होतो, ही चांगली गोष्ट आहे. या एका बदलामुळे निदान मूल्यमापनाची पद्धत

बालककेंद्रित झाली आहे, असं आपण म्हणू शकतो. कारण केवळ वर्षभर शाळेत जाऊन अभ्यास करणाऱ्या मुलांसाठी फक्त वार्षिक परीक्षेचे गुण धरणं हे अन्यायकारक होतं.

वास्तविक चौथी-पाचवीपर्यंत म्हणजे वयाच्या नऊ-दहा वर्षापर्यंत हा अभ्यास आपल्यासाठी असतो. यामुळे आपल्याला गुण मिळणार असतात, आपल्याला चांगला शेरा मिळणार असतो, हे सर्व आपल्यासाठी चालू आहे, हे त्यांच्या गावीही नसतं. आईबाबा अभ्यास करायला सांगतात, तो केला नाही तर रागवतात, म्हणून मुलं तो करतात. शाळेत/क्लासमध्ये अभ्यास नाही केला तर शिक्षा होते म्हणून अभ्यास करायचा असतो, असं त्यांना वाटतं. हा अभ्यास समजला पाहिजे, अभ्यासातल्या संकल्पना समजून घेणं आवश्यक आहे, हे लक्षात येत नाही. कारण पुढचा भविष्यकाळ लक्षात घेण्याचं हे वय नसतं.

- 'तू असा अभ्यास कर, म्हणजे तुला चांगला शेरा मिळेल. याचा उपयोग तुला पुढे दहावीनंतर होईल.'
- 'आम्ही तुला इतके पैसे भरून चांगल्या शाळेत घातलं, शिवाय क्लासला घातलं, तुझ्यावर इतका खर्च करतो, तरीही तू अभ्यास करत नाहीस, म्हणजे काय?'
- 'तो तुझाच मित्र असून त्याला येतं. आणि तुला येत नाही? का?'
- 'तुझे आईबाबा इतके चांगले शिकलेले. कायम वर्गात पहिले यायचे. आणि तू मात्र त्यांच्या तोंडाला काळं फासतोस.'
- 'असेच मार्क मिळत राहिले तर मोठं झाल्यावर काय करशील तू? कोण चांगली नोकरी देणारेय तुला?'

अशा पद्धतीची वाक्यं मुलांना ऐकावी लागतात. त्यासोबत आरडाओरड आणि जोरदार धपाट्यांचा वर्षावही चालू असतो.

वास्तविक आठ-नऊ या वयापर्यंत मुलांच्या दृष्टीनं खेळ, मजा, गंमत हे महत्त्वाचं असतं. दहावी किंवा नोकरी-व्यवसाय एवढं लांबचं समजण्याची क्षमता आलेली नसते. वर्गातले सगळे अभ्यास करतात, परीक्षा देतात, ही परीक्षा चांगली द्यायची असते, असं आईबाबा म्हणतात, म्हणून मुलं अभ्यास करतात. शाळेतला अभ्यास कमी वाटतो म्हणून क्लासलाही जातात. असा दिवसभर अभ्यास करूनही त्याचं रूपांतर गुणांमध्ये होतंच असं नाही. असं होण्याचं प्रमुख कारण म्हणजे, हा सगळा उपद्व्याप आपल्यासाठी आहे, हे कळायचं त्यांचं वय नसतं. अतिशय कृत्रिम पद्धतीनं अभ्यास त्यांच्यावर लादला जातो.

जिथे अभ्यास का करायचा, हेच माहीत नाही, तिथे हेच पुस्तक का वाचायचं; धड्याखालची प्रश्नोत्तरं का सोडवायची; पाठ का करायचं; स्पेलिंग टेस्ट का असते; हाच अभ्यास का करायचा, दुसरा का नाही; असे प्रश्न मुलांना पडतही नाहीत. जे सांगितलं आहे ते करायचं. नाही केलं तर शिक्षा होते, हे त्यांना चांगलंच माहीत आहे.

- बालवाडीतली मुलं स्लीपिंग लाईन्स, स्टॅन्डिंग लाईन्सचा सराव करतात.
- ज्युनिअर केजीत अल्फाबेट्स, १ ते १०० आकडे लिहून काढतात.
- तिसरी-चौथीत येईपर्यंत अनेक नव्या संकल्पना सुरू होतात. या भाषेतून समजून घ्यायची तारेवरची कसरत गुणी मुलं करतात. पालकांच्या इच्छेनुसार वेगवेगळ्या गोष्टी करत राहतात.

इथे अजून एक महत्त्वाची समस्या उभी राहते ती तुलनेची. सगळे करतात, मग हाच का नाही? अशा वेळी आपलंच मूल अध्ययन अक्षम आहे का, त्याचं 'टेस्टिंग' करून घ्यायला हवं आहे का, असे प्रश्न पालकांना पडतात. आपल्या मुलातले दोष शोधण्याचा जोरदार प्रयत्न होतो.

या सगळ्याला कारण आहे ती स्पर्धा. ही अक्षरश: जीवघेणी स्पर्धा कशी निर्माण झाली? कधी निर्माण झाली? मुलांच्या नैसर्गिक क्षमतांना पूर्णत: नजरेआड करून केवळ त्यांच्यावर धावण्याची सक्ती का केली जाते?

जीवघेणी स्पर्धा असं म्हणण्याचं कारण असं की मुलांच्या मानसिक, भावनिक गरजा पूर्ण होण्याआधीच त्यांना या स्पर्धेत ढकललं जातं आहे. केवळ आठ वर्षांच्या मुलाला ब्लडप्रेशरचा त्रास होतो, झोपेतून रडत उठणं, 'आई, मारू नकोस. मी रोज अभ्यास करीन,' असं दुसरीतल्या मुलीनं म्हणणं. पाढे पाठ केले नाहीत, म्हणून तिसरीतल्या मुलीचे पाय वायरला बांधून वरून इस्त्रीचं बटन चालू करणारे बाबा इतक्या क्रूरपणे का वागतात?

मुलांनी अभ्यास करावा, त्यांनी चांगला शेरा मिळवावा ही स्वाभाविक इच्छा आहे; पण ते झालं नाही तर कुठल्या टोकाला जाणार आहोत आपण? त्यांना शारीरिक, मानसिक त्रास देण्यासाठी जन्माला घातलं आहे का?

निश्चितच नाही. पालकांचं मुलांवर निरतिशय प्रेम असतं. पण निकालाच्या दिवशी पालकांची सहनशीलता संपते, असं कितीतरी उदाहरणांवरून दिसून येतं. वास्तविक मुलांचा निकाल आपल्या अपेक्षेप्रमाणे लागला नाही, तर त्याला कितीतरी कारणं असू शकतात. ती शांत मनानं समजावून घ्यायला हवीत.

- वर्गात शिकवलेल्या भागाचं आकलन झालं होतं का?

- पुरेसा सराव झाला होता का?
- उत्तरं देण्याचा सराव झाला होता का?

ही झाली अभ्यासविषयक कारणं. हे झालं हिमनगाचं टोक. पण त्याखाली अथांग पसरलेल्या विविध समस्या असतात, या समस्या भावनिक असू शकतात. त्यांचाही विचार झाला पाहिजे.

- परीक्षेच्या वेळेस टेन्शन आलं होतं का?
- मन एकाग्र होत नाही का?
- विचारांचा वेग आणि लेखनाचा वेग यात अंतर पडतं का?
- उत्तरं पाठ करून लिहायची, अशी शाळेत आणि घरात सवय लावली असेल तर आयत्या वेळेला विसरायला होतं का?
- निकालाची काळजी वाटते, म्हणून सुचत नाही का?

या आणि अशा बऱ्याच प्रकारच्या समस्या असू शकतात. या समस्या लक्षात घेतल्या नाहीत आणि नुसतंच ओरडत, मारत सुटलं तर त्याचे परिणाम वेगळे सांगायला नकोत.

या समस्यांना आपण कसं हाताळतो, यावर ती समस्या सुटणार की नाही, हे अवलंबून असतं. अभ्यासाशी संबंधित काही प्रश्न असतील तर ते लवकर सुटतात; पण अभ्यासाशी संबंधित भावनिक प्रश्न जोडले गेले तर ते सुटायला वेळ लागतो. म्हणून हे प्रश्न पालकांनी आपणहून निर्माण करू नयेत. उलट असलेले प्रश्न सोडवायला मुलांना मदत करावी.

- मुलांचा निकाल 'जसा आहे तसा स्वीकारणं' हे आवश्यक आहे. अपेक्षेप्रमाणे शेरा मिळाला नाही तर वाईट वाटणं, ताण येणं हे अतिशय नैसर्गिक आहे. हा ताण आईबाबानं वैयक्तिकरीत्या- आपापल्या पद्धतीनं सहन करावा. पण कोणत्याही परिस्थितीत या ताणाचं रूपांतर रागात होऊन मुलांना सर्वस्वी दोषी धरून मारू नये. अस्वस्थ वाटणारच, तरीही शांतपणे निकालामागील कारणांचा शोध घ्यावा.
- मूल कुठं अडलं आहे, याच्या जागा शोधून काढून अडलेला प्रवाह मोकळा करावा.
- ही आयुष्यातली शेवटची परीक्षा नाही, अजून अनेक परीक्षा पुढे द्यायच्या आहेत, हे आपल्याला माहिती आहेच. मुलांना आधार दिला तर त्यांना आपला मार्ग स्वतःच सापडेल, हा विश्वास ठेवावा.

■

प्रेरणास्रोत : आई, बाबा आणि शाळा

तोत्तोचान या पुस्तकात एका पहिलीतल्या मुलीला शाळेतून काढून टाकलं जातं, कारण तिचं वर्गात लक्ष नसतं. रस्त्यावरून बॅण्ड जात असला तर ती बॅण्डकडे बघायची, खिडकीतून दिसणारे पक्षी बघायची. तिच्या आईला या गोष्टीचा खूप धक्का बसतो. पण ती आई मुलीला बोल लावत नाही. दुसऱ्या शाळेत ती प्रयत्न करते. इथे तोत्तोचानशी तिथले मुख्याध्यापक खूप गप्पा मारतात. म्हणतात, की 'तू चांगली मुलगी आहेस.' या वाक्यामुळे मुलगी खूश होते. आपण चांगली मुलगी आहोत, हे खूप महत्त्वाचं आहे, असं तिला वाटायला लागतं. तेत्सुको कुरोयानगी या लेखिकेनं स्वत:च्या लहानपणीच्या शाळेविषयी आठवणी सांगताना हे लिहिलं आहे. त्यात त्यांनी असं म्हटलं आहे की, तेव्हा या वाक्याचा माझ्यावर खूप प्रभाव पडला होता. नाहीतर एका शाळेतून काढलेल्या मुलीला इतरांनी 'बोलणं' हे किती सोपं होतं!

वास्तविक शाळा - मूल - पालक असा त्रिकोण आहे- असायला हवा; पण केवळ काही शाळाच अशा असतात ज्या पालकांना वेळ देतात, त्यांचं ऐकून घेतात. समस्या कशामुळे उद्‌भवत आहेत, याच्या मुळाशी जायला हवं, तर मुलांचं मन

जपलं जाईल. छोट्या- बालवयातल्या मुलांचं मन जपणं, त्यांचा फुलू लागलेला 'अहं' जपणं, या 'अहं'चा त्यांना प्रोत्साहन देण्यासाठी उपयोग करणं - हे व्हायला हवं. मुलांमध्ये जेव्हा काही समस्या निर्माण होतात, तेव्हा त्याचं कारण शोधायला हवं. आई किंवा बाबा जसे आपल्याला समजतात, तसेच आपण आहोत. ते म्हटले, की 'कसली शूर मुलगी आहेस ग तू!' की त्या मुलीला आपण शूर आहोतच, असा ठाम विश्वास वाटतो. ती मुलगी स्वत:ला तशीच समजते. यातून तिला सकारात्मक प्रेरणा मिळते.

दुसरा महत्त्वाचा मुद्दा असा की, वागण्यात किंवा अभ्यासात समस्या निर्माण झाल्या की त्याला 'प्रॉब्लेम चाईल्ड' समजलं जातं. इतर लोक त्याला तसे समजतात. खुद्द स्वत:चे आईवडीलही या मुलात किंवा मुलीत प्रॉब्लेम आहे असं मानतात, तेव्हा पुढील गोष्टी विशेषत्वानं लक्षात घ्यायल्या हव्या :

- हा अभ्यासापुरता किंवा तात्पुरत्या वागण्यामुळे निर्माण झालेला प्रश्न आहे.
- योग्य दृष्टिकोन, सकारात्मक बदल केले की ही समस्या नक्की सुटणार आहे.
- कदाचित समस्या सुटायला वेळ लागेल. जेवढा वेळ लागेल, तसा तणाव आपल्या मनावर राहील; पण त्यातून शांतपणे मार्गही काढलाच पाहिजे.
- शाळेत एक शिक्षक किती मुलांकडे बघू शकणार? यापेक्षा आपलं एकच मूल योग्य उपायांनी समस्येतून बाहेर काढणं जास्त सोपं आहे.

असा विचार केला तर असे तात्पुरत्या स्वरूपाचे प्रश्न नक्की सोडवता येतात.

एका पालकांच्या कार्यशाळेत, समस्यांच्या मुळांशी जाऊन बघू या, असं म्हणत होते. तेव्हा लक्षात आलं, की -

- कित्येकदा पालकांनी केलेला अतिउत्साह नडतोय,
- मुलांची शारीरिक-मानसिक-बौद्धिक तयारी व्हायच्या आतच त्यांच्यावर नकळतपणे काही अपेक्षा लादल्या जात आहेत,
- जगण्याचा आपला वेग आणि त्यांचा वेग यात फारकत होते आहे.

आसपास स्पर्धा आहे हे कबूल आहे, पण त्या स्पर्धेत उतरायचं की नाही, याची निवड आपल्या हातात असते. स्पर्धा करण्यासाठी आवश्यक ते बळ हातापायात, मनात, बुद्धीत यायला हवं, त्यासाठी त्यांना अवकाश देणार की नाही? आपण स्वत:साठी अवकाश शोधतोच, स्वत:ला सवलती देतो. मग

मुलांच्या पाठीमागे घाई का? स्पर्धा का?

विशेषत: बालवाडीच्या वयाच्या मुलांचा विचार केला तर, या मुलांसाठी 'काय करायचं' हे लक्षात घेताना 'काय करायचं नाही' हेही लक्षात घ्यायला हवं. पियाजे या मानसशास्त्रज्ञाने मुलांच्या वाढीतला हा मुद्दा लक्षात घेतला आहे. मुलांच्या विशिष्ट शारीरिक वाढीच्या टप्प्यावर त्यांची मानसिक-बौद्धिक वाढ अवलंबून असते - हा अतिशय महत्त्वाचा आणि तितकाच व्यावहारिक मुद्दा त्यांनी मांडला. हे अभ्यास आणि निकाल यासंदर्भातही लक्षात घ्यायला हवं. सध्या पालक मुलांच्या वाढीकडे, विकासाकडे, शिक्षणाकडे जास्त लक्ष पुरवतात. मग हेच काम जास्त जाणीवपूर्वक करायला हवं. निदान, शाळेत जेव्हा काही समस्या निर्माण होतात, तेव्हा त्यातून बाहेर पडण्यासाठी वाट शोधण्यापेक्षा त्याआधीच काही खबरदारी घ्यायला हवी.

निकाल अपेक्षेप्रमाणे लागला नाही की लहानशी, तिसरी-चौथीपर्यंतची मुलं हिरमुसली होऊन जातात. आईबाबांचं रागवणं सहन करतात, आपलं नक्की काय चुकलं, हे त्यांना कळतंच असं नाही. घरच्यांची बोलणी सहन न झाल्यामुळे बुद्धी चालेनाशी होते. अभ्यास करूनही आपलं नक्की काय चुकलं, हे कळेनासं होतं. अशा मुलांना नेमके मार्गदर्शन मिळण्याची गरज असते.

डॉ. हॉवर्ड गार्डनर यांच्या 'बहुआयामी बुद्धिमत्तां'च्या सिद्धान्तानुसार, प्रत्येकाच्या बुद्धिमत्ता वेगवेगळ्या असतात. आपल्या बुद्धिमत्ता कोणत्या, याचा नेमका शोध लागला तर अभ्यासाचे कष्ट निश्चितपणे कमी होतील. आपण आपल्या बुद्धिमत्तेनुसार अभ्यास करायला लागणं हे मेंदूपूरक आणि सर्वात नैसर्गिक आहे. ज्याप्रमाणे आपले चेहरे, शारीरिक ठेवण, स्वभाव हे सगळं वेगवेगळं असतं, त्यानुसार आपल्या बुद्धिमत्ताही वेगवेगळ्या असतात. याची जाणीव जेवढी लवकर, लवकरच्या वयात होईल, तेवढं चांगलं. ते पालकांनी तज्ज्ञांच्या मदतीनं समजून घ्यायला हवं.

मुलांच्या आयुष्यात पालकांचं स्थान महत्त्वाचं असतं. आपले आईबाबा जसे आपल्याला समजतात, तसेच आपण आहोत, अशी समजूत जी लहान वयापासूनच सुरू झालेली असते; ती अजूनही चालूच असते.

काही घरात मुलांना खूप लहान, अपरिपक्व समजलं जातं. त्यातून बरेचदा तुच्छ उद्‌गार ऐकू येतात.

'तो हा असाच आहे मठ्ठ!'

'तिला दोन वेळा समजून सांग, म्हणजे एकदा तरी कळेल.'

'किती मंद आहेस तू!'

असं बोलणं मुलांच्या कानावर सतत पडत असतं. हे खूपच साधेसुधे उद्‌गार इथे लिहिले आहेत. प्रत्यक्षात प्रिय पालक यापेक्षा कितीतरी पटींनी वाईट दूषणं आपल्या प्रिय मुलांना देत असतात. ती तोंडी दूषणं आणि सोबत हाताचा वापर यामुळे मोठ्या होणाऱ्या मुलांच्या मनात 'आपले पालक जसे म्हणतात, तसाच मी आहे,' याचा एक जोरदार गंड तयार होतो. आपल्या साध्याशा उद्‌गारातून त्यांच्या मनात केवढी खळबळ माजत असेल याची कल्पनाही आपण करू शकत नाही.

लहान मुलांच्या मनात तर 'आईबाबा म्हणतात म्हणून आपण चांगले', 'ते वाईट म्हणतात म्हणून आपण वाईट' हे पक्कं होऊन बसतं. छोटी मुलं पालकांवर पूर्ण विश्वास ठेवतात. त्यातून त्यांचं मन घडत असतं.

मोठं होण्याच्या काळात जर अशी बोलणी ऐकावी लागली तर मनाचा झगडा सुरू होतो. एकीकडे हार्मोन्स म्हणत असतात, की तू आता मोठा होतो/होते आहेस. तुझ्या शरीरात बळ आहे, तू एक चांगली व्यक्ती आहेस. त्याच वेळेस घरातली मंडळी मात्र सपशेल कमी लेखत आहेत. अशा परिस्थितीत पालकांचं खरं, की स्वतःच्या मनाचं खरं, हे कळेनासं होतं. तो मुलगा/मुलगी स्वतःच्या व्यक्तिमत्त्वाला नीट आकार देऊ शकत नाही. कारण 'आपण नक्की कसे?', हा संभ्रम संपलेला नसतो.

वास्तविक याच काळात मुलं स्वतःवर प्रेम करायला लागलेली असतात. आपण जसे आहोत, तसे खूप भारी आहोत, चांगलेच आहोत, याबद्दल त्यांच्या मनात काही दुमत नसतं. स्व-प्रतिमा दृढ होण्याचा हा काळ असतो.

अशा वेळी मुलांच्या व्यक्तिमत्त्वातले दोष वास्तविक पद्धतीनं सांगायला हवेत. अतिगोड किंवा अतिवाईट नव्हे; तर योग्य शब्दात सांगण्याची गरज असते. त्यांना न खचवताही हे काम आईबाबा चांगल्या प्रकारे करू शकतात. विशेषतः अभ्यासामुळे तर नात्यात दरी पडायलाच नको; किंवा आधीच दरी निर्माण झाली असेल तर ती रुंदावायला नकोच नको. शिक्षण हे महत्त्वाचं आहेच. शिक्षणाला नाकारून किंवा कमी महत्त्व देऊन चालण्यासारखं नाही. पण अडचणी समजून घेणंही तितकंच गरजेचं आहे.

जॉन होल्ट हे एक शिक्षणतज्ज्ञ आहेत. स्वतः शिक्षक आणि लेखक. 'मुलं आणि त्यांचं शिक्षण' या विषयांचे निरीक्षक. त्यांची अनेक पुस्तकं आहेत. त्यापैकी एक आहे, *हाऊ चिल्ड्रेन फेल्ड? (How children failed?)*. मुलं

शिक्षणात अपयशी का ठरतात, याची कारणं त्यांनी यात दिली आहेत.

'आपल्याला- म्हणजेच मनुष्यप्राण्याला- शिकायला मुळातच आवडतं. आपल्याला ते जमतंही चांगलं. एखादी गोष्ट कशी करावी, हे सांगण्यासाठी खरं तर दुसऱ्या कोणाची गरज नसते. 'शिकण्याची ही प्रक्रिया कधी बिघडते, जेव्हा अन्य कोणी या प्रक्रियेच्या आड येतं, त्यावर नियंत्रण आणण्याचा प्रयत्न करतं तेव्हा!' असं त्यांचं एक वाक्य आहे. मुलांनी योग्य पद्धतीनं अभ्यासाच्या-शैक्षणिक यशाच्या दिशेनं जावं, यासाठी त्यांच्यात सकारात्मक प्रेरणा निर्माण होणं ही अतिशय आवश्यक गोष्ट आहे. या प्रेरणांमुळे त्यांना सूर सापडेल.

आईनस्टाईनना शिक्षणात गोडी लागली ती वयाच्या सतराव्या वर्षी. त्यांच्या पहिल्या शाळेत शिक्षकांशी, शिक्षणाशी, शाळेशी त्यांचे सूर कधी जुळलेच नाहीत. त्यांनी ती शाळा सोडली. त्यानंतर जी शाळा मिळाली, तिथे त्यांनी विज्ञान, गणितात काम केलं; आणि ते संशोधक झाले. पण लहानपणी त्यांच्या पालकांनाही काळजी वाटली होतीच. म्हणजेच, पालकांना काळजी वाटणं साहजिकच आहे. पण मोठ्या होणाऱ्या मुलांमध्ये नकारात्मक प्रेरणा निर्माण झाल्या तर त्याचे मानसिक परिणाम नकारात्मकच असतात. तसंच भविष्य घडवण्याच्या एका महत्त्वाच्या पायरीवर ते आहेत, याचंही भान ठेवायला हवं. मुलांच्या हातून चांगल्या गोष्टी व्हाव्यात असं वाटत असेल तर सकारात्मक प्रेरणांचा पुरवठा करायला हवा; तर त्यातून नक्कीच सकारात्मक घडेल, हा विश्वास मनाशी बाळगायला हवा.

■

मुलं नक्की मोठी कधी होतात?

मुलं जोपर्यंत लहान, दंगेखोर असतात, तोपर्यंत पालकांना वाटत असतं की कधी एकदा ही मोठी होतील! यांना सांभाळणं कठीण जातंय.... मात्र, जसजशी 'मोठं' होण्याकडे त्यांची वाटचाल व्हायला लागते, रोज नव्यानव्या गोष्टींना सामोरं जायला लागतं, तसं वाटायला लागतं की, अरे, ही लहान होती तेच बरं होतं!

मुलं मोठी होतात, तसतशी त्यांच्या नव्या गोष्टी करून बघायची हौस वाढतच जाते. छोटीछोटी शिंगं फुटू लागतात. शिंगं फुटायचं खरं वय अजून लांब असतं. तेरा ते एकोणीस हा कालखंड 'टीन एज' म्हणून संबोधला जात होता. मात्र हा कालखंड आता खाली येतोय. काही जण म्हणतात, हा कालखंड नऊ ते एकोणीस असा झाला आहे. (नाईन टू नाईन्टीन) मुलांना लवकर मोठं व्हायचंय. शारीरिकदृष्ट्या, भावनिकदृष्ट्या मुलांमध्ये लवकर परिपक्वता येत चालली आहे. अर्थात, वयाच्या कोणत्याही वळणावर स्वत:ला पूर्ण शहाणं समजण्याचा हक्क आपण बजावत असतो. आपल्याला इतरांपेक्षा जास्त कळतं, याची मनोमन खातरी प्रत्येकालाच असते, तशीच ती आठ-नऊ वर्षांच्या मुलांमध्येही असते.

घरातल्या मोठ्यांच्या दृष्टीनं शाळकरी मूल म्हणजे लहान. त्याला काय कळतंय, असा समज असतो. अजून केवढं तरी जग पाहायचंय, असा आविर्भाव असतो. पण मुलांना मात्र त्यांच्या पातळीवर तसं मुळीच वाटत नसतं. अगदी पाचवी-सहावीत असलेलं मूलही समवयीन मुलांमध्ये स्वत:ला हुशार समजत असतं. इतर कोणाहीपेक्षा (जिवलग मित्रमैत्रिणीपेक्षाही) त्याचं/तिचं पळणं जोरात असतं, त्याचं/तिचं अक्षर चांगलं असतं. तो/ती सर्वात सुंदर, हे तर नक्कीच. मुलांना असं वाटण्याचं खरं कारण असं की कोणतंही वय हे पूर्ण वय असतं. वयाच्या बाबतीत अपूर्णत्व असं कधी, कोणत्याही वयात नसतं. मात्र, ज्ञानाच्या आणि अनुभवांच्या बाबतीत मात्र आपण कायमच अपूर्णावस्थेत असतो, असं म्हणावं लागतं.

कोणत्याही वयाचं मूल हीदेखील एक पूर्ण व्यक्ती असते, पूर्ण व्यक्तिमत्त्व असतं. मूल या शब्दाची जी व्याख्या कॉर्नेल विद्यापीठानं केलेली आहे. त्यानुसार, लहान मूल म्हणजे उपव्यक्ती किंवा सब-पर्सन नव्हे. सहा महिन्यांचं मूल असलं तरी ते सहा महिन्यांचं पूर्ण व्यक्तिमत्त्व असतं. वीस, चाळीस किंवा नव्वद वर्षांची व्यक्ती हीदेखील पूर्ण व्यक्ती आहे. एक विशिष्ट वय आलं की तिथे माणूस पूर्ण झाला, असं कोणत्याही वयात म्हणता येत नाही. दर दिवशी माणसाच्या पेशी बदलत जातात, त्याचं वय वाढत जातं, त्यानुसार त्याच्यात शारीरिक बदल होत राहतात, ते अगदी त्याच्या अंतापर्यंत. त्यामुळेच माणसाला कधीही पूर्णत्व येत नाही. प्रौढ वयात माणसाची- स्त्री किंवा पुरुषाची पूर्ण वाढ झाली, असं आपण म्हणतो. मात्र, तेव्हाही ती वाढ पूर्ण नसते. त्यानंतरसुद्धा अनेक बदल त्याच्या शरीररचनेत होत राहतात. विशीत असलेली व्यक्ती चाळिशीत वेगळी दिसते आणि ऐंशीव्या वर्षी केवढी बदललेली दिसते. यातले काही बदल दृश्य असतील तर काही अदृश्य. पण बदल होणं थांबत नाही. म्हणूनच त्याची प्रत्येक अवस्था ही पूर्णावस्था असते, हे मान्य केलं पाहिजे.

एकदा हा मुद्दा लक्षात घेतला की मूल या समाजघटकाकडे बघण्याचा दृष्टिकोन बदलतो.

मुलं लहान असतात, त्यांना अजून खूप शिकायचं असतं, हे खरं आहे. एक वर्षाच्या मुलांना लिहिता-वाचता येत नाही; पण त्याच्या वयाला जेवढं आवश्यक आहे, तेवढ्या क्षमता त्याला येत असतात. उदाहरणार्थ, धरून चालणं व सुटं चालण्याच्या प्रयत्नात असणं ही त्यानं 'वय वर्ष एक'साठी प्राप्त केलेली आवश्यक क्षमता असते. व्यवस्थित बसणं, वस्तू हातात घेता येणं, या क्षमतादेखील त्यानं

वर्षाच्या आत मिळवलेल्या असतात.

त्याचप्रमाणे वय वर्ष आठ-नऊ या वयात विविध खेळ, सर्जनशील कृतींसह लेखन-वाचन यायला लागलेलं असतं. वेळेची समज काहींना आलेली असते, काहींना येणं अपेक्षित असतं. समोरच्या माणसाच्या मनातलं ओळखणं, थापा मारायला शिकणं इत्यादी. अर्थात थापा मारण्यात पूर्ण पारंगत नसतात; कारण ते काहीही बोलत असले, तरी त्यांचा चेहरा खूपच खरं बोलत असतो. आपण चांगले आहोत, खरे आहोत, असं समोरच्याला पटवून देण्याचा त्यांचा प्रयत्न असतो. त्यांनी त्यांची जी 'इमेज' जपलेली असते, त्याच्याशी ते प्रामाणिक राहण्याचा प्रयत्न करत असतात. या वयात ती प्रचंड उत्साही असतात. काहीही करायला, कुठेही जायला अगदी मजेत, आनंदात तयार असतात. या विशिष्ट वयातली मेंदूची यंत्रणा ज्याप्रमाणे आदेश देईल, त्याप्रमाणे त्यांचे काम चाललेले असते. विशिष्ट वयानुसार त्या-त्या क्षमता प्राप्त होतच असतात. प्रत्येकच मूल अगदी अशाच प्रकारे काही क्षमतांमध्ये पूर्ण पारंगत असतं; तर काही क्षमता मिळवण्याच्या मागे असतं.

विनोबा म्हणतात,'आपलं पूर्ण शिक्षण हे पूर्णाकडून पूर्णाकडे असंच असतं; एका पूर्ण अवस्थेकडून दुसऱ्या पूर्ण अवस्थेकडे.' तर कन्स्ट्रक्टिव्हिटी किंवा ज्ञानरचनावादाचा सिद्धान्त हेच सांगतो, की पूर्वज्ञानावर आधारित नव्या माहितीची रचना आपला मेंदू करत असतो. याच पद्धतीनं आपण कोणतीही गोष्ट, कोणतीही कला शिकत असतो. उदाहरणार्थ, दोन चाकी सायकल प्रथमच शिकणाऱ्या मुलाला/मुलीला सायकल ही पूर्णतः अपरिचित नसते. सायकल कधीही चालवलेली नसली तरी सायकल कशी असते, हे माहीत असतं, ती चालवताना पूर्वी अनेकांना बघितलेलं असतं. अगदी लहानपणी तीन चाकी सायकल बघितलेली, चालवलेली असते. हे झालं त्याचं पूर्वज्ञान. या पूर्वज्ञानाचा आधार असतो. त्या आधारावर नवे अनुभव रचून, त्यासाठी नवे कष्ट घेऊन आता ते स्वतः समतोल साधायला शिकणार असतं. ही प्रक्रिया प्रत्येक नवीन गोष्ट शिकण्याच्या बाबतीत आतापर्यंत घडलेली असते, पुढच्या प्रत्येक वेळेस घडणार असते. कारण स्वतःला बदलत नेत शिकणं हे जन्मापासून सुरू असतं, ते सुरू राहणार असतं. शिकण्याला पूर्णविराम असा कधी नसतोच.

अठरा वर्षं पूर्ण झालेल्या व्यक्तीला सज्ञान म्हटलं जातं. तोपर्यंत त्याची शारीरिक-बौद्धिक वाढ बऱ्याच अंशी पूर्ण झालेली असते. मात्र, तिशीच्या व्यक्तीनं मागे वळून पाहिलं तर त्यांना जाणवतं की, किती लहान होतो/होते

तेव्हा मी. मला फारसं काहीच कळत नव्हतं. अठराव्या वर्षी मात्र तसं वाटत नसतं. आपण आता मोठे आहोत, असा चांगलाच आत्मविश्वास मनात भरून वाहत असतो. मात्र, जीवनाला भिडणं आणि त्यातून बरेवाईट अनुभव घेत मार्ग काढत जाणं हे त्यानंतरच खऱ्या अर्थानं चालू होतं. तरीही अठरा वर्षं ही त्या वयासाठी पूर्णावस्थाच असते.

आपलं मूल वाढवताना हे लक्षात ठेवायला हवं, की वयानुसार आवश्यक त्या क्षमता मिळवण्याचं काम मेंदू करत असतो. जसे, प्रौढावस्थेतले आपले मेंदू व्यावहारिक पातळीवर अनेकानेक क्षमता जाणीवपूर्वक मिळवण्याच्या मागे लागलेले असतात. कारण आपल्याला असलेली माहिती, सामान्य ज्ञान हे अपूर्ण असल्याची जाणीव त्याला झालेली असते. आपल्या प्रत्येक कृतीतून ज्ञान मिळवण्याचं भान व्यक्त होत असतं. हा मेंदूच आपल्याला जाणीव करून देत असतो, की अजून माहिती मिळवायला हवी. ती साठवून ठेवायला हवी. कधीतरी कामी येईल. या इच्छेमुळे आपण रोजचा पेपर वाचतो. शिवाय टीव्हीवरच्या बातम्या बघतो. वेगवेगळ्या क्षेत्रांतल्या व्यक्तींच्या मुलाखती वाचतो, ऐकतो, पाहतो. आरोग्य, आहार, बांधकाम, रोजचे कार्यक्रम, सामाजिक-राजकीय-क्रीडा क्षेत्रांतल्या घडामोडी सारं आपल्याला हवं असतं. कळावं असं वाटत असतं. वास्तविक ही सर्व माहिती आपल्या प्रत्यक्ष उपयोगात येईल अशी शक्यताही नसते. पण तरीही आपण ती जमवतो. स्वत:ला पूर्ण अजून पूर्ण करण्याची ही धडपड कायम चालूच असते.

तशीच धडपड आपल्या मुलांच्याही मनात असते. त्यांच्या कृतीतून ती व्यक्त होत असते. नवीन गोष्टी बघायच्या आहेत, मित्रमैत्रिणींना जमवून त्यांच्याशी खेळायचं आहे, नाच करून बघायचा आहे, नाटकात काम करायचं आहे, तिच्यासारखा मेकअप करायचा आहे, रेल्वेचं इंजिन चालवून बघायचं आहे, टीचर व्हायचं आहे, पोलीस व्हायचं आहे, 'मॅड'मध्ये बघितल्यासारखं स्वत: 'बिग पिक्चर' तयार करायचा आहे, अशी काय काय यादी त्यांच्याही मनात तयार असते. कधीतरी सावकाशीनं त्यांच्या मनातली ही यादी जाणून घ्यावी. या यादीतले क्रम उलटसुलट होणार आहेत, बदलणार आहेत हेही लक्षात घ्यावं. मूल थांबत नसतं. आपल्यासारखं तेही पुढे जाण्याच्या अवस्थेत आहे, स्वत:ला अजून पूर्ण करण्याच्या प्रयत्नात आहे, हे आपल्या नक्की लक्षात येईल.

■

अक्षमता

जन्मलेल्या प्रत्येकाला 'उद्या' असतो. मुलं शाळेत जायला लागली, अभ्यास करू लागली की त्यांचा 'उद्या' पालकांना दिसायला लागतो. जाणवायला आणि काही वेळा ताणयुक्तही ठरायला लागतो. मुलांच्या आयुष्यात आता 'वाढत्या अभ्यासा'नं पदार्पण केलेलं असतं.

मूल मोठं होतं, तसा त्याचा अभ्यास वाढायला लागतो. काही मुलांना अभ्यासाच्या शिड्या चढायला फारसा त्रास होत नाही; पण काही जणांसाठी मात्र प्रत्येक विषय, प्रत्येक पायरी ही 'युद्धाचा प्रसंग' असते. हस्त-नेत्र समन्वयापासून ते वाचन-लेखन, गणित सगळीकडेच त्यांचं अडतं. अशा मुलांना अध्ययन अक्षम म्हणायचा सध्या प्रघात आहे.

वास्तविक बालवाडीत वर्गातली सगळी मुलं एकत्र शिक्षणाचा प्रवास सुरू करतात. मात्र, अधल्यामधल्या टप्प्यावर काही मुलं मागे पडायला लागतात. आपण काही बाबतीत आपल्या मित्रमैत्रिणींपेक्षा मागे पडत आहोत, हे मुलांना कळायला लागतं. याबाबतीत नक्की काय करायचं ते पालकांना कळत नाही.

वर्गात इतरांबरोबर नसलेलं मूल हे शिकवणाऱ्या व्यक्तीच्या

दृष्टीनं अडचणीचं ठरू शकतं. साधारणत: एका वर्गात आठ ते दहा मुलं अध्ययन अक्षम असू शकतात, असा अंदाज आहे. अशा मुलांचं टेस्टिंग करून किंवा रूढार्थाने टेस्टिंग न करता त्यांच्या अडचणी जाणून घेऊन त्यांना शिकवण्याची पद्धत बदलली तर त्यांना शिकवलेलं समजतं, अभ्यास सोपा जातो.

ज्या मुलांना अभ्यास अवघड जातो, अशा मुलांच्या अडचणींवर संशोधन करून अध्ययन अक्षमता किंवा लर्निंग डिसॅबिलीज ही एक संकल्पना शिक्षणात आलेली आहे. 'तारे जमीं पर' चित्रपटामुळे सर्वसामान्यांपर्यंत पोहोचलेल्या डिस्लेक्सिया, डिस्ग्राफिया, डिसकॅल्क्युलिया अशा या काही अक्षमता आहेत. वाचनाची, अक्षर ओळखीची, गणित समजण्याची अडचण असेल तर त्यासाठी त्या-त्या प्रकारची अक्षमता समजली जाते.

वास्तविक अध्ययन अक्षम हा शब्ददेखील नकारात्मक आहे. (सध्या तोच रूढ आहे म्हणून इथे तोच वापरला आहे.) अध्ययन करण्याची क्षमता नसणे असा याचा अर्थ होतो. विषयाच्या खोलात गेलं तर असं लक्षात आलेलं आहे की, अशी 'अक्षम' मुलं एका किंवा विविध कलांमध्ये निपुण असतात. चित्रकला, गायन, वादन, नृत्यकला, खेळ यात ही मुलं इतरांहून वरचढ ठरतात. या संदर्भात पहिला प्रश्न असा पडतो, की या सर्व कला शिकाव्या लागतातच. म्हणजे त्यांचं अध्ययन करावं लागतं. सराव, रियाज, प्रॅक्टिस करावीच लागतेच; तर मग अशा मुलांना 'अध्ययन अक्षम' कसं ठरवायचं? आणि का?

केवळ शाळेच्या विषयांचा अभ्यास हेच अध्ययन, असं मानून चालायचं का? ते विषय ज्याचे कमी, तो लगेच अध्ययन अक्षम?

अध्ययन अक्षमता तपासायला बुद्ध्यंक चाचणी (इंटेलिजन्स कोशंट आयक्यू टेस्ट) हा आधार घेतला जातो. ही चाचणी केवळ भाषा, गणित, लॉजिक यांची तपासणी करते. या तपासणीत बुद्ध्यंक कमी आला याचा अर्थ या मुलाला/मुलीला बुद्धिमत्ताच नाही असा होतो का? बुद्धीची केवळ मोजकीच अंगं या चाचणीमध्ये तपासली जातात, समग्र बुद्धी नाही, हे लक्षात घ्यायला हवं.

प्रत्यक्ष मेंदू संशोधनातून असं स्पष्ट झालेलं आहे की मेंदूचं काम विविध क्षेत्रांद्वारे चालतं. डाव्या आणि उजव्या भागात ही क्षेत्रं (एरियाज) आहेत. त्यातील डाव्या भागात प्रामुख्यानं भाषा, गणित, विज्ञान इत्यादी समजण्याची क्षेत्रं आहेत; तर उजव्या भागात भावना, चित्रकला, संगीत इत्यादी क्षेत्रं आहेत. जी मुलं पुढे जाऊन कला या विषयात करिअर करतात, त्यांचा उजवा मेंदू प्राध्यान्यानं कार्यरत असतो; तर भाषा, गणित अशा विषयात जे करिअर करतात

त्यांचा डावा मेंदू प्राधान्यानं कार्यरत असतो. हे पुन्हा विविध केंद्रात असलेल्या न्यूरॉन्सवर अवलंबून असतं, हे शास्त्रीयदृष्ट्या सिद्ध झालेलं सत्य आहे.

इथे अध्ययन अक्षमतेच्या बाबतीत, ज्यांचा उजवा मेंदू प्राधान्यानं कार्यरत आहे, अशा भावी कलाकारांना शिक्षणव्यवस्था 'अध्ययन अक्षम' ठरवते आहे. का? तर आपल्या शिक्षणव्यवस्थेमध्ये भाषा, गणित, विज्ञान या विषयांना सर्वाधिक महत्त्व आहे. त्या तुलनेत विविध कला व खेळांचे विषय हे नाममात्र असतात. कित्येक शाळांमध्ये तर नसतातच. वास्तविक शिकवताना 'संपूर्ण मेंदू'चा विचार करायला हवा, असं नवीन शास्त्र सांगतं. यालाच whole brain thinking असं म्हणतात.

काही विद्यार्थ्यांसाठी या कला एक्स्ट्रा करिक्युलर्समध्ये जातात. पण व्यवहारात उजवा मेंदू प्राधान्यानं वापरणाऱ्याचं काय? त्यांच्या प्राधान्यानं कार्यरत असलेल्या क्षेत्रांना आजची शिक्षणव्यवस्था उद्दीपन देऊ शकत नाही, चालना देऊ शकत नाही. अशा मुलामुलींना अध्ययन अक्षम ठरवण्यापेक्षा त्यांची 'विषय सक्षमता' शोधली पाहिजे, तपासली पाहिजे, या 'सक्षमते'ला अधिकाधिक चालना द्यायला पाहिजे. शाळांनी जर हे मनावर घेतलं तर आमच्यासारख्या शिक्षण अभ्यासकांचे, या विषयातील तज्ज्ञांचे, पालकांचे हात मदतीसाठी नक्की पुढे येतील.

या गोष्टी प्रत्यक्षात येईपर्यंत पालकांनी ही दिशा महत्त्वाची मानून आपलं काम सुरू करायला पाहिजे. आपलं मूल अभ्यासात मागे पडत आहे हे लक्षात आलं किंवा शिक्षकांनी लक्षात आणून दिलं, की त्याच्या अक्षमता या सक्षमतेत बदलण्याकडे एक आव्हान म्हणून बघितलं पाहिजे. कोणत्याही परिस्थितीत मुलांना दोष देणं, त्यांना विविध नकारात्मक लेबलं लावणं हे करू नये. असं करण्यानं त्यांचा आत्मविश्वास ढासळतो. आपण इतर वर्गापेक्षा काहीतरी कमी आहोत, असा न्यूनगंड तयार होतो. हे आपल्या मुलाच्या/मुलीच्या बाबतीत होऊ देऊ नये.

■

बहुआयामी बुद्धिमत्ता

मुलांनी जीवनात यशस्वी व्हावं, आपल्या पायावर उभं राहावं यासाठी पालक त्यांना शाळेत घालतात. शिक्षण देण्याचा हा एक उद्देश आहे. मूल सामाजिक व्हावं यासाठीही शाळेसारख्या एका रचनेची गरज असतेच. शाळेत शिकायचं, विविध विषय शिकायचे आणि दरवर्षी नव्या इयत्तेत चढत जायचं, यात मुलांना यशस्वी व्हावं लागतं. या सगळ्यासाठी मुलं बुद्धिमान असावी लागतात. बुद्धिमत्ता म्हणजे कधीही झाकोळली न जाणारी शक्ती. ती सर्व वयात शाबूत असते. मूल पहिल्यांदाच बोल बोलू लागतं, ते बुद्धीच्या जोरावरच. आई रागावली की तिचा राग कसा दूर करायचा, हे त्याची बुद्धीच त्याला सांगते. हे मूल गणिताची परीक्षा देतं, चांगल्यापैकी गाणं म्हणायला शिकतं, निरनिराळे खेळ शिकतं, मित्रमैत्रिणींच्या घोळक्यात व्यवहार शिकतं, गडावर चढताना अवघड वाटांवरून रस्ता शोधतं, इतरांना संकटात मदत करतं, लहान म्हणता म्हणता अचानक समजूतदारपणा दाखवतं, हे सगळं बुद्धीच्या जोरावर.

एखादा माणूस कधी हुशार होतो? जेव्हा त्याला तऱ्हेतऱ्हेचे अनुभव येतात तेव्हा. मुलांना हुशार करायचं असेल तर त्यांची हुशारी सर्वांगानं फुलली पाहिजे. केवळ पास-नापास आणि

गुणांची स्पर्धा आयुष्याच्या परीक्षेत उपयोगी पडत नाही, हे पालकांनी पटवून घेतलं तर मुलं जास्त मोकळेपणानं आयुष्याच्या परीक्षेस सामोरी जातील; कोणत्याही दडपणाशिवाय.

माणसाच्या बुद्धिमत्तेचा शोध विविध मानसशास्त्रज्ञ, तत्त्वज्ञ आणि मेंदूचे अभ्यासक घेत आहेत. अमेरिकेतील डॉ. हॉवर्ड गार्डनर यांनी बुद्धिमत्तेविषयी एक महत्त्वाचा सिद्धान्त मांडला- 'मल्टिपल इंटेलिजन्सेस'. ते म्हणतात,'बुद्धिमत्ता ही एकाच प्रकारे व्यक्त होत नाही. ती अनेक प्रकारे व्यक्त होते. प्रत्येक मेंदूची रचना वेगळी असते. प्रत्येकात यातल्या काही बुद्धिमत्ता प्राधान्याने असतात.'

डॉ. गार्डनर यांनी सांगितलेल्या या आठ प्रकारच्या बुद्धिमत्ता पुढीलप्रमाणे :

(१) भाषिक बुद्धिमत्ता (२) गणिती बुद्धिमत्ता (३) संगीतविषयक बुद्धिमत्ता (४) निसर्गविषयक बुद्धिमत्ता (५) शारीरिक/स्नायूविषयक बुद्धिमत्ता (६) आंतरव्यक्ती बुद्धिमत्ता (७) व्यक्तिअंतर्गत बुद्धिमत्ता (८) दृश्य-अवकाशीय बुद्धिमत्ता

या आठ बुद्धिमत्तांपैकी किमान दोन ते तीन प्रकारच्या बुद्धिमत्ता प्रत्येक मेंदूत असतात. काहींना गणिती/तर्कशास्त्रीय बुद्धिमत्ता उत्तम प्रकारे असते. त्याचबरोबर भाषिक बुद्धिमत्ताही असते. तसंच आंतरव्यक्ती बुद्धिमत्ताही असते. अशा तीन बुद्धिमत्ता ज्या मेंदूत प्राधान्यानं आहेत ती माणसं गणित विषयात अध्यापक होतात, या विषयातील लेखन करतात, विद्यार्थ्यांशी चांगला संवाद ठेवतात, त्याचप्रमाणे आयुष्यात आलेल्या समस्या तर्कशास्त्रीय पद्धतीनं सोडवतात.

शारीरिक स्नायूविषयक बुद्धिमत्ता प्राधान्याने असतील तर अशी माणसं चित्रकार, अभिनेते होतात, खेळाडू होतात. भाषिक बुद्धिमत्तेची माणसं लेखन करतात. वक्ते होतात. वकील, शिक्षक होतात.

आंतरव्यक्ती बुद्धिमत्ता असलेली माणसं इतर माणसांशी चांगला संबंध ठेवू शकतात. इतरांच्या मनातील विचार जाणू शकतात, तर व्यक्तिअंतर्गत बुद्धिमत्ता ही माणसाला स्वतःच्या मनाशी आत्मिक संवाद साधायला मदत करते. या संवादातून अशी माणसं मोठी वैश्विक सत्यं उघड करतात.

कोणाचीही बुद्धिमत्ता एका साच्यात नसते, हे या सिद्धान्तातून स्पष्ट होतं. आपलं मूल यापैकी नक्की कशात हुशार आहे, हे शोधलं आणि त्यांना विविध प्रकारचे अनुभव दिले, तर कदाचित यातून त्यांच्या करिअरची वाट त्यांना सापडेल. यासाठी प्रत्येक बुद्धिमत्तेबद्दल सविस्तर समजून घेणं आवश्यक आहे.

१. भाषिक बुद्धिमत्ता

आपण बऱ्याचदा आपल्या मुलांविषयी अशी विधानं करत असतो, की :

- माझ्या मुलीला पुस्तकं वाचायला खूपच आवडतात. कोणतंही पुस्तक असलं तरी ती ते वाचतेच. मग समोर मित्रमैत्रिणी खेळत असले तरी तिचं लक्ष त्या पुस्तकातच असतं.
- माझ्या मुलाला वर्गात शिक्षक नेहमीच गोष्ट वगैरे सांगायला उभं करतात. वक्तृत्व स्पर्धेत बक्षीसं मिळवतो तो.
- आमच्या शेजारचा मुलगा पाचवीतच आहे, पण तो रोजचा पेपर तर वाचतोच; शिवाय त्यातलं शब्दकोडंही आवडीनं सोडवतो.

अशी उदाहरणं आपण नेहमीच इतरांना देत असतो. आपल्यापैकी ज्यांना भाषा या विषयात खूप आवड असते, त्या सर्वांमध्ये भाषिक बुद्धिमत्ता असते, असं आपल्याला म्हणता येतं. आज जी माणसं शिक्षक आहेत; लेखक, पत्रकार, स्क्रिप्ट रायटर, कवी, निवेदक, वक्ते म्हणून प्रसिद्ध आहेत, त्या सर्व माणसांमध्ये ही बुद्धिमत्ता असते. थोडंसं अवघड शब्दांत सांगायचं तर, आपल्या मेंदूमध्ये विविध क्षेत्रं (areas) असतात. प्रत्येक क्षेत्र स्वतंत्रपणे आणि तरीही इतर क्षेत्रांशी जुळवून घेऊन आपापलं काम करत असतं. भाषेचंही एक क्षेत्र असतं. या क्षेत्रात सतत काही ना काही काम चाललेलं असतं. जसं, इतरांचं बोलणं ऐकणं, ते समजून घेणं, संवाद साधणं, मनातले विचार शब्दात मांडणं, लिहिणं, वाचनाचा छंद असणं इत्यादी.

काही जणांच्या मेंदूमध्ये हे भाषा क्षेत्रं खूपच प्रभावीपणे काम करत असतं. म्हणजे असं की सगळीच माणसं मनाशी संवाद करत असतात. काही लेखन करत असतात, तर काही वाचत असतात. पण काहींचं वाचन, लेखन आणि संभाषण तीनही जास्त चांगलं असतं.

आपल्या मुलामध्ये ही भाषिक बुद्धिमत्ता आहे का, या प्रश्नाचे उत्तर शोधा.

आपलं मूल प्रभावी बोलतं का? त्याला वर्गासमोर येऊन बोलण्याची भीती वाटते का? त्याला/तिला पुस्तकं वाचायला आवडतात का? मनापासून वाचायला आवडतं का? लिहायचा कंटाळा तर करत नाही? स्वतःहून कधी गोष्टी, गाणी लिहिली आहेत का? अशा काही प्रश्नांची उत्तरं आपल्याला मुलांचा कल सांगतील.

२. निसर्गविषयक बुद्धिमत्ता

आपल्या सगळ्यांनाच निसर्गाविषयीची ओढ असते. पक्षितज्ज्ञ डॉ. सालीम अली यांनी रानोमाळ हिंडून पक्ष्यांविषयी भरपूर माहिती मिळवली. तसंच, भामरागड इथे राहणारे डॉ. प्रकाश आमटे यांच्या घराच्या आसपास वाघ, हरणं, साप, कासवांपासून सगळे प्राणी असतात. या प्राण्यांशी त्यांची मैत्री आहे, अगदी वाघाशीसुद्धा! असं म्हणता येतं, की प्राण्यांशी इतक्या सहजतेनं जवळीक साधणाऱ्यांत निसर्गविषयक बुद्धिमत्ता असते.

काही मुलांचा ओढा लहानपणापासूनच निसर्गाकडेच असतो. डोंगर चढायला, किल्ले पालथे घालायला, नदी-समुद्रात डुंबायला अनेकांना आवडतं. अगदी छोट्या मुलांना तर चिऊ, काऊ, हम्मा, भू भू यांच्याकडे बघायला फार आवडतं. काही जण मात्र या सगळ्यात फारच रमतात. कुत्र्यांशी खेळणं, त्याची तहानभूक ओळखून त्यांना खायला-प्यायला घालणं अशी कामं यांना खूपच आवडतात. केवळ घरातल्याच नव्हे, तर कुठल्याही कुत्र्या-मांजरावर मनापासून प्रेम करणं, त्यांच्या मागे घोटाळणं. अनेकदा तर खेळायला आलेले मित्रमैत्रिणी, टीव्ही, चित्रपट हे सगळं सोडून प्राण्यांच्या मागे घोटाळणं असं काही मुलं करतात. त्यांच्यात निसर्गविषयक बुद्धिमत्ता असणार, हे नक्की.

समजा, सगळे एखाद्या बागेत सहलीसाठी गेलेले आहेत, तिथली सगळी मुलं खेळण्यात - गप्पा मारण्यात मग्न आहेत; मात्र यापैकीच एखादीच किंवा एखादाच कोणीतरी झाडांचं, पानांचं, फुलांचं निरीक्षण करत असेल, तर त्यांच्यातही ही बुद्धिमत्ता असणार. अशी मुलंमुली वाळलेल्या पानांमध्ये, छोट्याशा काडीतही सौंदर्य शोधतात. समुद्रात खेळताना सापडलेले शंखशिंपले सांभाळून घरापर्यंत आणतात. जपून ठेवतात. अशी मुलांमध्ये निसर्गविषयक बुद्धिमत्ता आहे, असं आपण म्हणू शकतो.

मुलांना खेळ खेळण्यापेक्षा किंवा वाचन करण्यापेक्षा निसर्गात रमायला जास्त आवडतं का? आपल्या घराला अंगण असावं, त्या अंगणात किंवा कुंडीत रोपं लावावीत, असं त्यांना वाटतं का? जर या गोष्टी त्यांना जास्त आवडत असतील तर त्यांच्यात ही बुद्धिमत्ता आहे, असं म्हणायला हरकत नाही.

असं असेल तर त्यांच्यातल्या निसर्गविषयक बुद्धिमत्तेला खतपाणी घालणं तुमच्या हातात आहे. त्यासाठी या काही कृती करून बघा :

- आकाश, ग्रह-तारे या विषयांचं वाचन वाढवा. नोंदी ठेवा.
- निसर्गातल्या सर्वच घटकांविषयी सादर होणारे कार्यक्रम डिस्कव्हरी

चॅनलवर बघा.

- संधी मिळेल तेव्हा, त्यांना निसर्गात फिरायला न्या.
- शक्य असेल तर छोट्या वस्तू, पानं, बिया, कीटक यांचं निरीक्षण करण्यासाठी भिंग, मायक्रोस्कोप यांचा वापर करा.

३. गणिती बुद्धिमत्ता

काही मुलांना दुकानात गेल्यावर पटापट हिशेब करत येतो. त्यांना वही, पेन्सिल, कॅलक्युलेटर कशाचीच गरज लागत नाही. आकडे जणू काही त्यांच्या मेंदूत एकदम फिट्ट बसलेले असतात. अशा पद्धतीनं मोठ्या संख्यांच्याही बेरजा त्यांना करता येतात. काहींना तर पत्त्यातल्या जादूसुद्धा योग्य प्रकारे गणित करून उलगडता येतात. याचाच अर्थ असा की त्यांच्यात गणिती बुद्धिमत्ता असते.

गणिती बुद्धिमत्ता ही फक्त अंकांशी संबंधित नसते; तर तर्क वापरून म्हणजेच अंदाज बांधून कोणत्याही समस्या उत्तम प्रकारे सोडवणं यासाठी ही बुद्धिमत्ता आवश्यक असते. या समस्या प्रत्यक्ष आयुष्यात सामोऱ्या आलेल्या असोत किंवा विविध प्रकारची कोडी, कूट प्रश्न सोडवणं याच्याशी संबंधित असोत, गणिती बुद्धिमत्तेच्या मुलांसाठी हे प्रकार नेहमीच सोपे ठरतात. गणिती बुद्धिमत्ता असलेल्या व्यक्तींची ही काही ओळखीची नावं- शास्त्रज्ञ जयंत नारळीकर, गणितज्ज्ञ मंगला नारळीकर, आईनस्टाईन, चार्ल्स डार्विन आणि अनेक शास्त्रज्ञ.

मुलांना गणित आवडत असेल तर त्यांच्यासाठी पुढील काही गोष्टी करा :

- विज्ञानातल्या नव्यानव्या शोधांची माहिती घ्या. हे शोध लागण्याआधी कोणकोणत्या प्रक्रिया झाल्या यांची माहिती घ्या.
- तुमचं बँकेत/पोस्टात/पतपेढीत खातं असेल तर पैशांचे छोटेछोटे व्यवहार मोठ्यांच्या मदतीनं करा. फावल्या वेळात गणिती कोडी सोडवा.
- घरातल्या खर्चाचं अंदाजपत्रक तयार करा. जमाखर्च लिहा.
- शाळेची फी, वह्या-पुस्तकांचा, इतर साहित्याचा खर्च लिहून काढा. खेळाचं, छंदाचं साहित्य, वाढदिवस, या साऱ्यांसाठी एकूण किती खर्च आला, हे आपल्या डायरीत लिहा. खर्च झाला की लगेच लिहा.
- गणित आणि विज्ञानाची वरच्या इयत्तांची पुस्तकं नजरेखालून घाला.
- लहानांना गणित शिकवा.

४. संगीतविषयक बुद्धिमत्ता

संगीत ऐकायला आवडणं ही गोष्ट वेगळी, आणि संगीत निर्माण करणं ही गोष्ट वेगळी. काही मुलांना उपजतच तालासुराची जाण असते, असं म्हणतात. काही मुलं लहानपणापासून गायन शिकतात. अशा मुलांना जितकी मजा खेळण्यात येते, तितकीच मजा गाण्यात येते. संगीत ऐकणं हा त्यांचा नुसता छंद नसतो, तर ती मनापासूनची आवड असते. कितीही वेळ गायन किंवा वादन ऐकलं तरी त्यांना कंटाळा येत नाही. आपल्या मुलांच्या बाबतीत असं घडत असेल तर असं समजा, की त्यांच्यात उपजतच संगीतविषयक बुद्धिमत्ता आहे.

गायक, वादक, संगीतकार यांच्यात संगीतविषयक बुद्धिमत्ता असते. प्रत्यक्षात संगीत कलाकार नसलेले मात्र तरीही संगीताशी संबंधित असलेले अनेक जण असतात. उदाहरणार्थ, कवी, संगीत समीक्षक. अशा व्यक्तींमध्ये संगीतविषयक बुद्धिमत्ता असते, त्याचबरोबर भाषिक बुद्धिमत्ताही असते. अशा व्यक्तींमध्ये दोन्ही बुद्धिमत्तांचा मिलाफ झालेला असतो.

संगीत आपण नेहमीच आवडीनं ऐकत असतो. त्यामुळे त्याची आपल्याला फक्त आवड आहे की आपण त्यात सखोलतेनं रमतो, हे कळायला काहींना वेळ लागू शकतो. संगीतविषयक बुद्धिमत्ता ज्यांच्यात असते, ते गायन, वादन, नृत्य अशा कला फारच पटकन शिकतात.

संगीतविषयक बुद्धिमत्ता ज्यांच्यात आहेत, त्यांनी त्यांच्या नैसर्गिक आवडीला खतपाणी देणाऱ्या अशा काही गोष्टी करायला पाहिजेत :

- आपल्या मुलाला/मुलीला संगीताची खरोखर आवड आहे असं लक्षात आल्यावर त्याला शिक्षणाची जोड द्यायला हवी. त्यादृष्टीनं मुलांना त्यांच्या आवडीनुसार भारतीय किंवा पाश्चात्त्य पद्धतीचं गायन, वादन, नृत्य शिकण्याची संधी मिळायला हवी.
- एखादं वाद्य घरी अवश्य असावं.
- विविध गायकांच्या, वादकांच्या कॅसेट्स, सीडीज असाव्यात.
- आवडीनुसार संगीतविषयक कार्यक्रमांना आवर्जून न्यावं.
- मुलांच्या गायनाला, वादनाला घरी प्रोत्साहन मिळावं.
- घरगुती कार्यक्रमात मुलांना एखादं कोणतंही गाणं म्हणायला सांगावं.
- एखाद्या कवितेला चाल लावायला सांगावी.
- एकाच रागातली अनेक गाणं ओळखायला द्यावीत.

संगीत क्षेत्रात याशिवायही अनेक विविध क्षेत्रं आहेत, त्यात अनेक कलाकार काम करत असतात. एकूण जगभरात- त्यात भारत, महाराष्ट्रही अपवाद नाही- संगीत क्षेत्राला मोठी परंपरा आहे. त्यात संधीदेखील आहेत. खऱ्या कलाकारालाही योग्य शिक्षण आणि संधी मिळणं फार आवश्यक आहे.

५. आंतरव्यक्ती बुद्धिमत्ता

स्वत:च्या मनाशी गप्पा मारणं हे काही जणांना खूप आवडतं, तर काही जण याच्या बरोबर विरुद्ध असतात. त्यांना कायमच इतरांच्या सहवासात राहायला आवडतं. मित्रमैत्रिणींच्या सतत सान्निध्यात असणं, त्यांच्या अडचणी समजून घेणं, त्यावर त्यांना सल्ले देणं, इतरांना मदत करणं, इतरांची मदत घ्यायला कायम तयार असणं, सर्वांनी मिळून वेगवेगळे उपक्रम करायला तयार असणं ही एक वेगळ्या प्रकारची बुद्धिमत्ता आहे.

मिळून-मिसळून वागणं हा केवळ स्वभाव नाही किंवा तो एखाद्या वेळचा मूडही नाही; तर ही खास बुद्धिमत्ता आहे. या बुद्धिमत्तेचं नाव आहे, आंतरव्यक्ती बुद्धिमत्ता. या बुद्धिमत्तेला नाव दिलं आहे - Inter Personal Intelligence.

इतरांशी गप्पा मारायला काय, कोणालाही आवडेल... आम्ही कितीतरी वेळ मित्रमैत्रिणींशी गप्पा मारू शकतो, असं तुम्ही म्हणाल. पण ही गोष्ट सगळ्यांनाच आवडते आणि जमते असं नाही. काही जण या बाबतीत जरा खास असतात. ते कधीच कंटाळत नाहीत. शिवाय सर्व प्रकारच्या माणसांना ते समजून घेतात. प्रत्येकाशी संवाद साधायची त्यांची इच्छा असते.

आजूबाजूला पाहिलं की असं दिसतं, की नेतेमंडळी, कंपनीतले मॅनेजर्स, शिक्षक, सामाजिक कार्यकर्ते हे लोक या बुद्धिमत्तेचे असतात. ही बुद्धिमत्ता प्रत्येकालाच वापरावी लागत असली म्हणजे एखाद्या कलाकाराला किंवा एखाद्या शास्त्रज्ञाला किंवा खेळाडूलादेखील; परंतु काही माणसं विशेष 'सोशल' असतात, असं आपण म्हणतो. ती अशा बुद्धिमत्तेची असतात.

आपली मुलं या बुद्धिमत्तेची असतील तर

- कार्यक्रमाचं निवेदन करणं, वर्गासमोर किंवा एखाद्या कार्यक्रमात बोलण्याचं/गोष्ट सांगण्याचं/पाहुण्यांचं स्वागत करण्याचं काम त्यांना अवश्य द्या.
- आपल्या वस्तीत/सोसायटीत इतरांच्या मदतीनं एखादा कार्यक्रम

स्वत: आखा. मुलांना त्यात भाग घेऊ द्या.

- क्रिकेट, डॉजबॉल, फूटबॉल, हॉकी, असे टीमनं खेळायचे खेळ आवर्जून खेळू द्या.
- आजीआजोबांबरोबर वेळ घालवू द्या. त्यांचे अनुभव ऐका. त्यांच्या लहानपणाविषयी माहिती घेऊ द्या.
- आपल्यासोबत खरेदीला न्या. घरी पाहुणे येतील तेव्हा नियोजनात त्यांची मदत अवश्य घ्या.
- खेळ, कार्यक्रम, सहली यांचं नेतृत्व करायची संधी आली तर ती घेऊ द्या. यातून मुलं जबाबदारी घ्यायला शिकतील.

६. शारीरिक / स्नायूविषयक बुद्धिमत्ता

खेळ खेळायला मुलांना मनापासून आवडतं. काही मुलं मात्र त्यात चमक दाखवतात. कारण त्यांच्यात शारीरिक बुद्धिमत्ता असते.

विविध वाद्यं वाजवणाऱ्या वादकांमध्येदेखील शारीरिक बुद्धिमत्ता असते. कारण उत्कृष्टरीत्या वाद्य वाजवण्यासाठी बोटांमध्ये, बोटांच्या स्नायूंवर योग्य नियंत्रण असावं लागतं. हे नियंत्रण असेल तरच वादक हवी ती सुरावट वाद्यांमधून काढू शकतात.

नर्तकांकडेही ही शारीरिक बुद्धिमत्ता असणं आवश्यक आहे. अभिनयासह, हात आणि पाय यांच्या तालबद्ध समन्वयातून सुंदर नृत्य आकाराला येतं.

अभिनय क्षेत्रात करिअर करणाऱ्यांकडेही शारीरिक बुद्धिमत्ता असावी लागते. अभिनेत्याला आपल्या चेहऱ्यावरच्या स्नायूंवर नियंत्रण ठेवावं लागतं. हे नियंत्रण योग्य असेल तर त्यांचा अभिनय खुलतो. अभिनयाला जोड हवी असते ती त्याच्या आवाजाची. आनंद, दु:ख अशा अनेक भावना त्यांना आवाजातून व्यक्त करायच्या असतात. आवाजाची पट्टी सांभाळावी लागते. अभिनय हा कुठंही नकली असून चालत नाही, त्याचप्रमाणे तो 'लाऊड' होऊनही चालत नाही.

हेच गायकांसाठीही आवश्यक असतं. आवाजाशी संबंधित स्नायू चांगल्या प्रकारे काम करतात, त्यातूनच त्यांचं गाणं खुलतं. वादकांना आपले हात, बोटं यांच्या स्नायूंवर तर नर्तकांना संपूर्ण शरीरावरच बारकाईनं नियंत्रण ठेवावं लागतं.

खेळाडू, गायक, वादक, नर्तक आणि अभिनेते या साऱ्यांनाच शरीर आणि स्नायूंवर नियंत्रण असावं लागतं. म्हणूनच हे या शारीरिक बुद्धिमत्तेचे असतात, असं डॉ. हॉवर्ड गार्डनर यांनी म्हटलं आहे. या बुद्धिमत्तेला इंग्लिशमध्ये (Bodily

/ Kinesthetic Intelligence) असं नाव दिलं आहे. त्यालाच शारीरिक व स्नायूविषयक बुद्धिमत्ता असं म्हणतात.

एखादा खेळ खेळण्यासाठी कमावलेलं शरीर पाहिजे, न दमता कित्येक तास खेळता आलं पाहिजे हे खरंच. परंतु त्याबरोबर डावपेच आखण्यासाठी आवश्यक अशी बुद्धिमत्ताही हवीच. ती नसेल तर प्रतिस्पर्धी त्याला सहज हरवू शकतो. कसलेला अभिनेता एखाद्या पात्रात पूर्णतः शिरून ते पात्र जिवंत करतो, या सर्व गोष्टी करण्यासाठी शारीरिक / स्नायूविषयक बुद्धिमत्तेची गरज असते.

- सायकलची शर्यत लावायला अशा मुलांना नक्कीच आवडतं.
- व्यायाम करायला अशा मुलांना मनापासून आवडतं. अशी मुलं मैदानावर एकटीही रमतात.
- या बुद्धिमत्तेची मुलं सहजतेनं नाच करून दाखवतात.
- अशा मुलांना फन फेअरमधले खेळ मनापासून आवडतात.

अशा सर्व गोष्टींमध्ये ज्यांना गती आहे, त्यांनी आपल्यामध्ये असलेल्या या आवडींना प्रोत्साहन द्यायला पाहिजे. पालकांनीही आपल्या मुलांमधले खेळाडूचे किंवा कलावंताचे गुण ओळखून त्यांना संधी द्यायला हवी.

७. व्यक्तिअंतर्गत बुद्धिमत्ता

आपल्या मुलांमध्ये स्वयंशिस्त असेल, ते योग्य वेळेला योग्य प्रकारे वागत असतील, तर ते इतरांपेक्षा नक्कीच वेगळे आहेत. काही मुलं ही अभ्यास, खेळ यात नियमित- अगदी काटेकोर असतात. त्यांना दुसऱ्या कोणी सांगायची गरज नसते. आपली मुलं अशी असतील तर त्यांच्यात व्यक्तिअंतर्गत या नावाची बुद्धिमत्ता असेल.

स्वतःच्या मनात डोकावणं, स्वतःशीच संवाद साधणं, स्वतःला केंद्रित ठेवून काही प्रयोग करणं, या प्रयोगांतून निष्कर्ष काढणं, ही एक वेगळ्या प्रकारची बुद्धिमत्ता आहे. एखादी गोष्ट जितकी जास्त वैयक्तिक, तितकी ती जास्तीत जास्त लोकांना पटते, आवडते असं म्हणतात. ते अशा माणसांना आणि त्यांच्या वागण्याला लागू पडतं. यालाच डॉ. गार्डनर यांनी नाव दिलं आहे- व्यक्तिअंतर्गत बुद्धिमत्ता (Intrapersonal Intelligence). संयमी, स्वतःवर नियंत्रण ठेवणारा माणूस या बुद्धिमत्तेचा असतो.

गांधीजी हे या बुद्धिमत्तेचं एक उदाहरण. गांधीजी लहान असताना त्यांच्या हातून काही चुका झाल्या होत्या. एकदा तर त्यांनी त्यांच्या वडिलांच्या खिशातून

पैसे चोरले होते. अतिशय सराईतपणे केलेल्या या चोरीचा त्यांना अतिशय मानसिक त्रास झाला. हा त्रास सहन होईनासा झाला तेव्हा त्यांनी वडिलांना सांगायचं ठरवलं; पण स्वत:च्या तोंडानं गुन्हा कबूल करण्याची हिंमत नव्हती. त्यामुळे त्यांनी ते लिहून वडिलांच्या हातात दिलं. चिठ्ठी वाचून वडिलांना खूप वाईट वाटलं. या प्रसंगातून त्यांनी जो धडा घेतला तो कायमचाच. त्यांनी ज्या चुका केल्या, त्या चुका लिहून प्रसिद्ध करण्याचं धाडस त्यांच्यात होतं. ही त्यांच्या मनाची ताकद होती.

अशी ताकद आपल्यालाही निर्माण करत येईल. ज्यांच्यात ही बुद्धिमत्ता आहे, त्यांनी ती ताकद वाढावी यासाठी खास प्रयत्न करायला हवेत.

- अशा मुलांनी रोज किंवा जमेल तेव्हा डायरी लिहायला हवी.
- स्वत:पुरती छोटीछोटी ध्येयं ठरवायला मुलांना सांगा. ती पूर्ण करत येतात का, हे बघा.
- ज्या गोष्टी आवडतात, त्याचं छंदात रूपांतर होतंय का, हे बघा.
- पुस्तकं वाचायला आवडत असतील, तर आवडत्या पुस्तकासंबंधी एक वही करा. जे आवडेल ते लिहा, आवडणार नाही तेही लिहा.
- चित्रं काढायला आवडत असेल तर बघून चित्र काढण्यापेक्षा मनाने चित्र काढा. तुमच्या चित्रांचा संग्रह करा. चित्रांची प्रदर्शनं बघा. कुठल्याही साध्याशा चित्रांची निरीक्षणं करा. हे चित्रं कशामुळे चांगलं वाटतं आहे, या चित्रात अजून काय हवं आहे याचाही विचार करा.

८. दृश्य - अवकाशीय बुद्धिमत्ता

आपली लहानगी मुलं केवळ कल्पना करून एखादं सुंदर चित्र काढत असतील तर ही एक विशेष बुद्धिमत्ता आहे.

- कागद किती आहे, हे बघून कागदाच्या मधोमध, त्या कागदावर पुरेल आणि ठसठशीत दिसेल या पद्धतीनं चित्र काढणं. (काही मुलांची चित्रं मोठ्या कागदावर अगदी लहानशी असतात किंवा कुठंतरी कोपऱ्यात काढलेली असतात.)
- चित्रात आकार, अंतर, कधीकधी खोलीचादेखील विचार केलेला असतो.
- रंगसंगती चांगली असते. विचार करून रंग दिलेले असतात.
- चित्रात नव्यानव्या कल्पना लढवलेल्या असतात.
- केवळ चित्रच नाही; तर मातीकामातून एखादी वस्तू बनवली, पुतळा

बनवला, तर त्याचा आकार प्रमाणबद्ध असतो.

- चित्र किंवा शिल्प हुबेहूब काढणं हे पाच-सहा वर्षांच्या मुलांकडून खरं तर अपेक्षित नाही. ती केवळ कॉपी असू शकते. अर्थात त्यातही कौशल्य असतंच. मात्र, त्यापेक्षा एकदम मजेशीर, अगदी नवीन, केवळ त्यांच्याच बुद्धीला सुचू शकतील अशा कल्पना प्रत्यक्षात उतरल्या तर त्याला म्हणायचं बुद्धिमत्तेची चमक.

साधं चित्र; मात्र त्याची सजावट मात्र अफाट आणि अचाट पद्धतीनं करणं, हे अवकाशीय बुद्धिमत्ता असणाऱ्यांचंच काम. ही बुद्धिमत्ता काही माणसांमध्ये नक्कीच असते.

ज्या मुलामुलींमध्ये ही बुद्धिमत्ता आहे, त्यांनी आपल्या बुद्धिमत्तेला योग्य आकार देण्यासाठी अशा काही गोष्टी जरूर कराव्यात :

- कागद, पेन्सिल, माती, कॅमेरा आपल्याला ज्या आवडतील त्या गोष्टी जवळ ठेवाव्यात. त्याचा केव्हाही उपयोग होऊ शकतो.
- नकाशे काढण्याचा सराव करावा.
- पाच-सहा वस्तू गोळा करून त्यातून स्वत:च्या कल्पनेनं नवी वस्तू तयार करावी.
- एकच वस्तू विविध दृष्टिकोनातून काढून बघावी. उदाहरणार्थ, वही, पेन्सिल, डबा, बाटली, वर्ग, एखादं फूल समोरून कसं दिसतं, वरून, विविध बाजूंनी कसं दिसतं याची चित्रं काढावीत. यामुळे ही बुद्धिमत्ता वाढायला संधी मिळेल. कदाचित आपल्या छोट्या मुलांमध्ये उद्याचा चित्रकार, आर्किटेक्ट, डिझायनर लपलेला असेल.

शाळा संपते, पण बुद्धिमत्ता संपत नाही. उलट आजवर घेतलेल्या निरनिराळ्या, चांगल्या-वाईट अनुभवांना प्रत्यक्षात उतरवण्याची वेळ यापुढेच असते. म्हणून मुलांनी विविध अनुभवांनी संपन्न असावं. धडपडीचे अनुभव, संकटावर मात करण्याचे अनुभव, वेगवेगळ्या परिस्थितीत आनंदी राहून वाट शोधण्याचे अनुभव, इतरांशी चांगले संबंध ठेवण्याचे अनुभव. संपूर्ण आयुष्यात खरेखुरे कामाला येणार आहेत, ते हे गुण. यांनाच हल्ली 'सॉफ्ट स्किल्स' म्हणतात.

■

मेंदूच्या सुस्थितीसाठी

मेंदू हा सतत जागं राहून आपली कामं चोख पार पाडणारा अवयव. या मेंदूला विश्रांतीची गरज असते. तशीच त्याला चलाख, तरतरीत ठेवण्याचीही गरज असते. त्यासाठी या मेंदूपूरक कृती अवश्य कराव्यात.

सकस आहार

कोणत्या प्रकारचा आहार बुद्धीसाठी पोषक असतो, यावर अनेक प्रकारची संशोधनं झाली आहेत आणि चाललेली आहेत. या संदर्भात आपल्या आयुर्वेदात अनेक रसायनं सुचवलेली आहेत. अशी सर्व उपाययोजना तज्ज्ञांच्या मार्गदर्शनानं करावी.

चुकीचा आहार मेंदूला आणि संपूर्ण शरीराला संकटात लोटत असतो, हे कित्येकदा आपल्या लक्षात येत नाही. काही मुलं ADHDनं ग्रासलेली असतात. ही मुलं एका जागी बसू शकत नाहीत. एखाद्या गोष्टीकडे लक्ष केंद्रित करू शकत नाहीत. मेंदूतला प्री-फ्रंटल कॉर्टेक्स हा भाग अद्याप पुरेसा विकसित झालेला नसल्यामुळे हे घडतं. यावर उपचारासाठी केल्या जाणाऱ्या संशोधनातून असं आढळलं, की आहारात कृत्रिम रंग, कृत्रिम चवी आणि प्रिझर्व्हेटिव्ह असलेले पदार्थ

जास्त असले तर त्याचा दुष्परिणाम होतो.

सध्या शालेय मुलांचा ताबा ज्या पदार्थांनी घेतला आहे, त्याचे घातक असे परिणाम संपूर्ण शरीरावर होऊ शकतात. हे पदार्थ मेंदूसाठी अयोग्य असतात. असे पदार्थ टाळायला हवेत. ज्यांना बौद्धिक कामांसाठी बुद्धी तरतरीत ठेवण्याची गरज असते, त्या सर्व वयाच्या लोकांनी हे टाळलं पाहिजे. या गोष्टी का टाळायला हव्यात, याचं कारण आपल्या मेंदूच्या रचनेत आहे.

मेंदूच्या चार पोकळ्यांमध्ये असलेला एक विशिष्ट प्रकारचा द्रव. या द्रवात ग्लुकोज, कॅल्शिअम, प्रथिनं, सोडिअम असे काही घटक असतात. हा द्रव शरीराच्या कोणत्याही कामासाठी अतिशय महत्त्वाचा असतो. शरीराचं, बुद्धीचं सर्व काम याच्यामार्फतच चालतं. बुद्धी तरतरीत राहण्यासाठी जो चांगला खाऊ पेशींना द्यायला हवा, तो द्यायचं काम हा द्रवपदार्थ करत असतो.

परंतु, समजा, चुकून या द्रवातल्या घटकांमध्ये काही प्रमाणात बदल झाला तर लहानमोठे घोटाळे व्हायला लागतात. मेंदूच्या पेशीअंतर्गत जे संदेशवहनाचं काम अव्याहत आणि बिनबोभाटपणे चाललेलं असतं, त्यात अडथळे येतात. म्हणूनच या द्रवाचं प्रमाण योग्य राहील याची काळजी आपलं शरीर घेत असतं. आपल्या शरीराला या कामासाठी मदत करायची तर योग्य आहार घ्यायला हवा.

पाश्चात्त्य देशात या विषयावर सखोल संशोधन चालू आहे. त्यातून असं दिसतं, की ओमेगा-३ आणि ओमेगा-६ ही मेदाम्लं ज्या पदार्थांमध्ये आहेत, ते पदार्थ आहारात असणं चांगलं. त्यादृष्टीनं कारळं, जवस यासारख्या तेलबिया, अक्रोड आहारात असणं आवश्यक आहे. याशिवाय अंडी, दूधदुभत्यांचे पदार्थ, केळं, सूर्यफुलाच्या बिया, चीज, मासे, चिकन, रेड मीट यातही ही मेदाम्लं असतात. आहारात शक्य तेवढी विविधता आणली पाहिजे. ही विविधताच शरीरबांधणीसाठी महत्त्वाची असते.

ऑक्सिजन - ग्लुकोज - पाणी

आपल्या मेंदूला सातत्यानं आवश्यकता असते ती प्राणवायूची, ग्लुकोजची आणि पाण्याची. प्राणवायू म्हणजेच ऑक्सिजन. वास्तविक ऑक्सिजनची गरज आपल्या संपूर्ण शरीरालाच असते. बघायला गेलं तर मेंदूचं वजन आपल्या एकूण शरीराच्या केवळ दोन टक्के असतं. मात्र, संपूर्ण शरीराला जेवढा प्राणवायू लागतो, त्यापैकी २० टक्के प्राणवायू एकट्या मेंदूला लागत असतो. मेंदूच्या कामाचा प्रचंड वेग यावरून लक्षात येईल. हा प्राणवायू रोजच्या रोज पुरवणं हे आपलं काम आहे.

चालणं, पळणं, व्यायाम करणं यातून हा प्राणवायू मेंदूला पोहोचत असतो.

मेंदू सजग ठेवायचा असेल तर पाणी हवंच. पाण्याची कमतरता भासली तर त्याचा दुष्पपरिणाम शिकण्याच्या प्रक्रियेवर होत असतो. व्यवस्थित पाणी प्यायलं तर त्याचा खूपच चांगला परिणाम एकाग्रतेवर आणि स्मरणशक्तीवर होत असतो, असं मेंदूचे अभ्यासक मांडतात. अभ्यास करताना तसंच कोणतंही बौद्धिक काम करताना थोडंथोडं पाणी प्यायलं तर ते बुद्धीला आलेली मरगळ घालवतं.

ग्लुकोजची मेंदूला नितांत गरज असते. ग्लुकोज मुख्यतः मिळतं ते आहारातून. आहारातून मिळणारी ऊर्जा रक्तात मिसळली जाते आणि तिथून ती मेंदूकडे रवाना होते. आहार पोषक असेल तर मेंदूची तब्येतदेखील चांगली राहते.

झोप

पूर्ण झोपेचं महत्त्व मेंदूवरील संशोधनातून आता सिद्ध झालेलं आहे. पूर्ण झोपेची गरज सगळ्यांनाच असते. झोप कमी झाली तर एकूणच हालचालींवर परिणाम होतो. कारण मुळात मेंदूच्या ग्रहणशक्तीवर परिणाम झालेला असतो.

जिम हॉर्न आणि युवेन हॅरिसन या मानसशास्त्रज्ञांनी एक प्रयोग केला. त्यात एका गटाला जागरण करायला लावलं व काही प्रश्न विचारले. तेव्हा असं आढळून आलं, की झोपेच्या कमतरतेमुळे सर्जनशील विचार, निर्णयक्षमता आणि मिळालेली नवी माहिती स्वीकारणं यात समस्या निर्माण झाली.

पूर्ण झोप ही मानसिक आरोग्यासाठी अतिशय आवश्यक असते. कारण झोपेतदेखील मेंदूचं काम थांबत नाही. ते चालूच असतं. उलट झोपेच्या अवस्थेत मेंदूत घडणाऱ्या अनेक महत्त्वपूर्ण घडामोडी शिक्षणप्रक्रियेला मदत करत असतात, असं सांगणारं एक संशोधन पिअरे मॅक्वेट यांनी लंडन विद्यापीठात केलं आहे.

आधुनिक मेंदूसंशोधनातून असं दाखवता येतं, की प्रत्येक कृती करण्यासाठी मेंदूत एक विशिष्ट कार्यक्षेत्र असतं. भाषा आकलनाचं काम एका क्षेत्रात चालतं, तर गणिताचं काम एका क्षेत्रात चालतं. सर्जनशील कृतीचं कार्यक्षेत्र वेगळंच असतं, तर भावभावनांशी संबंधित अनुभव वेगळ्या क्षेत्रांत सांभाळले जातात. या प्रयोगात त्यांनी एका गटाला अतिशय गुंतागुंतीचं प्रशिक्षण देऊ केलं. हा गट दिवसभर त्याच कामात गुंतला होता. हे सर्व जेव्हा रात्री झोपले, तेव्हा त्यांनी त्यांच्या मेंदूचं स्कॅनिंग केलं. हे स्कॅनिंग (Rapid Eye Movement - REM Sleep) या अवस्थेत केलं. झोपेच्या या अवस्थेत मेंदू कामात असतो. संशोधनात असं आढळलं की दिवसभर केलेलं काम मेंदूच्या ज्या कार्यक्षेत्रात घडलं होतं,

तीच क्षेत्रं झोपेतही उद्दीपित होती. याचा अर्थ असा की दिवसभर जी माहिती मेंदूला मिळाली होती, त्यावर शांतपणे काम चालू होतं. पूर्ण झोपेनंतर दुसऱ्या दिवशी या सर्व गटाचा उत्साह टिकलेला होता. त्यांना आदल्या दिवशीचं सर्व लक्षात होतं. मेंदूचं काम झोपेतही थांबलेलं नसतं. उलट झोपेच्या काळात, जे काही शिकलं आहे, त्यावर प्रक्रिया झालेली असते. त्यामुळे त्यांची स्मरणशक्तीही चांगली असते. चांगलं शिकायचं तर त्यासाठी झोपही चांगली हवीच.

आनंदी - सकारात्मक भावना

भावना आणि स्मृतींची जवळीक हा दैनंदिन जीवनाचा एक भाग आहे. या भावनांमध्ये सकारात्मक भावनांचा वाटा जास्त असायला हवा. विशेषतः लहान मुलांच्या शिक्षणाच्या बाबतीत तर नक्कीच. अमिग्डाला हे भावनांचं केंद्र आहे. भीती ही भावना त्याला चटकन कळते. विशेषतः विविध प्रकारच्या भीतींची सवय करून घेणं आणि योग्य वेळेला भीतीच्या पूर्वानुभवांची सर्वशक्तिनिशी जाणीव करून देणं, हेही याचंच काम.

ज्या कोणामुळे आणि ज्या कशामुळे पूर्वी भीती वाटलेली होती, तो घटक समोर आला की मेंदूकडून सूचना मिळते - लांब राहा. पूर्वीच्या अनुभवांची आठवण करून दिली जाते. उदाहरणार्थ, एखाद्या वेळेला हाताला मेणबत्तीमुळे भाजलं असेल, तर पुढच्या वेळेला मेणबत्ती पाहिली की मेंदू धोक्याची सूचना देतो. त्याचप्रमाणे आई, बाबा किंवा ज्या शिक्षकांनी अभ्यासावरून मारलं असेल, तर मेंदू या व्यक्तींबद्दलही धोक्याची सूचना देतो आणि लांब राहायला सांगतो. म्हणजेच भीतीमुळे नात्यांमध्ये दुरावा निर्माण होतो.

वातावरण दुःखद असेल, कंटाळवाणं असेल तर मनावर - मेंदूवर ओझं येतं. कठोर वागणूक मिळाली असेल तर तो नकारात्मक अनुभव टाळावासा वाटतो. तिथून सुटका करून घ्यावीशी वाटते. एखाद्या ठिकाणी अर्धा तासही थांबावंसं वाटत नाही. ज्या ठिकाणी प्रेम नाही, तिथे राहणं- थांबणं नकोसं वाटतं. बंदिस्त वातावरण असेल तर तिथून लगेच निघून यावंसं वाटतं. शाळेतल्या वर्गांमध्येही बऱ्याचदा बंदिस्त वातावरण असतं. प्राथमिक शाळेतल्या मुलांना केवळ खडू-फळा यांच्या साहाय्यानं शिकवलं, दिवसभर बाकांवर जखडून ठेवलं तर ते त्यांच्या मेंदूसाठी घातक आहे. पाय मोकळे करायला, मित्रमैत्रिणींशी बोलायला - खेळायला फक्त मधल्या सुट्टीचाच वेळ असेल तर मुलं कंटाळणारच. त्यामुळेच शाळा सुटल्यानंतर आनंदाने मोठ्ठा आवाज करत मुलांचा लोंढा वेगात बाहेर

पडतो, कारण त्यांची सुटका झालेली असते, असं म्हणता येईल.

मुलांनी चांगलं शिकावं अशी इच्छा असेल तर स्मृतींभोवती भावनांची गुंफण हवी. या सुखद, उत्साहित करणाऱ्या भावना असायला हव्यात. आनंदाची भावना मेंदूत सुखद हार्मोन्स निर्माण करतात. ज्यांना पाहिल्यावर किंवा जिथे गेल्यावर हे सुखद हार्मोन्स निर्माण होतात, त्याच गोष्टी हव्याहव्याशा वाटतात. खेळणारी, हसणारी, आनंदी माणसं मुलांना (मोठ्यांनाही!) आवडतात याचं कारण हेच!

लहान मुलांनी आनंदात शिकलं पाहिजे. मुलांना मारा, रागवा आणि शिकवा असं कोणीही म्हणत नाही. मुलं चिडून, रडून अभ्यासाला बसली, धुसफुसत अभ्यास केला तर त्याचा कसा उपयोग होईल? त्यांनी शांतपणेच अभ्यासाला बसायला हवं. विनोबांच्या *गीताईत* एका वाक्यात याचं सार सांगितलं आहे, *'प्रसन्नतेपुढे सर्व दुःखे जाती झडोनिया। प्रसन्नतेने बुद्धीची स्थिरता शीघ्र होतसे।'* ही प्रसन्नता निर्माण करणं, इतकं अवघड आहे?

शिकण्याच्या एकेक अनुभवात आनंद असायला काय हरकत आहे? शिक्षकांनी दिलेली शाबासकी, शाळेच्या काचफलकात लावलेला निबंध, मुद्दाम घेतलेलं नाव या जाणिवा सुखद असतात. स्वतःच्या प्रयत्नानं जमलेलं गणित, उत्तम काढलेलं चित्र, चटकन पाठ झालेली कविता याचा आनंद होतो. या आनंदाचे अनुभव व्हायला हवेत. अशा आनंदी भावना जोडलेल्या असल्या की लक्ष आपोआप लागतं. लक्ष दिलं की लक्षातही राहतं. त्यासाठी वेगळं काही करावं लागत नाही.

बालवाडी, पहिली-दुसरीतल्या मुलांना शिक्षकांच्या जवळ जायला, त्यांना स्पर्श करायला आवडतो. ही त्यांची प्रेमाची भावना असते. ती त्यांना व्यक्त करायची असते. त्यामुळे या वर्गात मुलं शिक्षकांच्या आसपास घुटमळताना दिसतात. मोठ्या वर्गांमध्ये असं दृश्य दिसत नाही.

देहबोलीतून भावना व्यक्त होत असतात. शिक्षकाचा हसरा चेहरा मुलांना शिक्षकाच्याच नव्हे; तर शिक्षणाच्याही जवळ आणतो. हसरे, विनोद सांगणारे, जोरात न रागवणारे शिक्षक मुलांना आवडतात. गोष्टी सांगणारे शिक्षक लोकप्रिय असतात, याचं कारण हेच आहे. गोष्टींमध्ये भावना असतात. त्या रूक्ष अभ्यासामध्ये नसतात. त्यातली रूक्षता काढून टाकून असा अभ्यासही रंजक करणारे शिक्षक सर्व शाळांमध्ये असतात. तेच लोकप्रिय असतात.

भावना ही माणसाला मिळालेली एक वेगळ्या प्रकारची देणगी आहे. भावनांचं बुद्धीशी वैर नसतं. उलट भावनांमध्ये गुंतली तरी बुद्धी योग्य प्रकारचे निर्णय

घेऊ शकते. त्यालाच भावनिक बुद्धिमत्ता असं म्हणतात. ती जोपासण्यासाठी योग्य वेळी भावना व्यक्त करणं आणि योग्य वेळी त्या थोपवणं हेही तितकंच महत्त्वाचं असतं.

सुरक्षितता आणि प्रेम

लहान मुलं मोठ्यांच्या शिक्षांना- अनेकदा क्रूर शिक्षांना तोंड देतात. मोठ्यांना वाटतं, लहान मूल ते! ते कसलं प्रतिकार करणार आहे, लक्षात ठेवणार आहे? पण सातत्यानं वाईट शिक्षा करत राहणं, मुलांची मानहानी होईल असं त्यांना बोलत राहणं, 'तू मला नको आहेस', यासारखी वाक्यं मुलांसाठी अतिशय त्रासदायक असतात. अशी वाक्यं वारंवार ऐकली तर मेंदूत घातक रसायनं निर्माण होतात. ही रसायनं नकारात्मकता निर्माण करणारी असतात. न्यूरॉन्सच्या निर्मितीत यामुळे अडथळा तर येतोच, त्यापेक्षा महत्त्वाचं की तयार झालेल्या सिनॅप्समध्येही बाधा येते. शिकणं म्हणजे न्यूरॉन्सची निर्मिती. सिनॅप्स तयार होणं आणि ते दृढ होणं, यासाठी मेंदूला लागतं आनंदाचं रसायन. शिकण्याच्या वेळेस दुःख, अपमान, ताणतणाव अशा भावना असतील तर ही प्रक्रिया त्रासाचीच होणार, हे नक्की. आपल्याला सकारात्मक परिस्थितीत निर्माण झालेले सिनॅप्स हवे आहेत. मुलांना प्रेम हवं असतं. आईबाबांनी मुलांना जवळ घेणं, स्पर्श करणं, प्रेमानं समजावून सांगणं, याला दुसरा कोणताच पर्याय नाही. अशा वेळी त्याच्या मेंदूत जे रासायनिक बदल घडतात, ते सकारात्मक असतात. या घटनेच्या चांगल्या स्मृती निर्माण होतात.

नवी आव्हानं

कंटाळवाण्या वातावरणात कसलंच आव्हान नसतं. ज्यात आव्हान नाही, तिथे कंटाळा येणारच. मुलांना कंटाळा आला तर ते एक मिनिटही थांबू शकत नाहीत. आईबाबांच्या मागे लागून आपली सुटका करून घेतात.

त्याउलट एखादी नवी गोष्ट शिकायची असेल तर लहान मुलं ती अतिशय उत्साहानं आणि पटकन शिकतात. प्रौढ मेंदूला त्यासाठी वेळ जास्त लागतोच, तसंच सरावही जास्त लागतो. मुलं मोबाईल हाताळणं किती पटकन शिकतात आणि मोठ्यांना किती वेळ लागतो, हे उदाहरण आपल्या समोरच आहे. मोठी माणसं आज शिकलेलं उद्या विसरून जाण्याची शक्यताही जास्त असते. मात्र, जर संपूर्ण लक्ष देऊन, ठरवून मेहनत केली तर प्रौढ ते शिकून घेऊ शकतो. कारण

पेशीनिर्मितीचा वेग मंदावलेला असला तरी पेशींना सतत चालना ही लागतेच. म्हणूनच प्रौढ मेंदूही आव्हानांच्या शोधात असतो.

मेंदूला आव्हानात्मक काम देत गेलं तर तो सतत तरतरीत राहतो. मुलं निसर्गत:च वेगवेगळी आव्हानं शोधत असतात. कारण त्यांना सतत शिकत राहायला आवडतं. मेंदूची मागणी पूर्ण करण्याच्या कामात ते सततच असतात.

मेंदूशास्त्रीयदृष्ट्या ही गोष्ट सिद्ध झालेली असेल तर आपली मुलं बऱ्याचदा कंटाळलेली का असतात; अभ्यास करायला कायमच नकार का असतो; याचं कारण आपल्या अभ्यासपद्धतीत सापडतं. मुलांना नव्यानव्या आव्हानांना भिडायला आवडतं. पण त्यांच्या आयुष्यात आव्हानं असतात तरी कुठं?

पुस्तकात लिहिलेलं वहीत उतरवणं, प्रश्नांची उत्तरं पुन्हा लिहिणं, पाठ करून लिहिणं, वहीत उतरवून काढणं, पुन:पुन्हा परीक्षा देणं यात शून्य आव्हान आहे. अभ्यासाचा विषय एकदा समजून घेणं म्हणजे नवा विषय आत्मसात करणं यात मेंदूला आव्हान मिळतं. त्याचं पुन:पुन्हा सादरीकरण करण्यातून नवी पेशीनिर्मिती होत नाही. अभ्यास अधिकाधिक पक्का होण्याचं काम यातून काही प्रमाणात होतं. पण पुढे त्यांचा चांगलाच कंटाळा येतो. मुलांकडून याच प्रकारच्या अपेक्षा सातत्याने केल्या जातात, म्हणून ते कंटाळतात. अभ्यास हा आव्हानांशी– वेगवेगळ्या उपक्रमांशी जोडला गेला तरच त्यांना त्यातून नक्कीच आनंद मिळेल. मग हे उपक्रम अवघड असले तरी त्यात त्यांना आनंदच मिळेल.

खेळ, व्यायाम

कोणत्याही वयात खेळ, व्यायाम यांची कमरता असेल तर ते मेंदूसाठी निश्चितच घातक आहे. डाव्या आणि उजव्या मेंदूच्या मध्यभागी कॉर्पस कलोझम हा भाग असतो. मुलं जेवढी खेळतील तसा कॉर्पस कलोझम सक्षम होतो. म्हणून मुलांसाठी खेळ, हालचाल, व्यायाम महत्त्वाचा! मेंदू सशक्त आणि तरतरीत ठेवायचा असेल तर मुलांनी खेळायला हवं. विविध प्रकारचे व्यायाम करायला हवेत. यामुळे मेंदूतला रक्तप्रवाह वाढतो. पेशींना ऑक्सिजन मिळतो. विविध मैदानी खेळ, व्यायाम यालाच नृत्याचीही जोड देत येते.

सॅण्ड्रा मिण्टन या या संशोधिकेनं एक प्रायोगिक अभ्यास केला. एका गटातल्या मुलांना पारंपरिक पद्धतीनं शिकवलं, तर दुसऱ्या गटाला या शिकवण्याच्या जोडीला नृत्यात सहभागी करून घेतलं. जी मुलं नृत्यात सहभागी होती, त्या मुलांच्या विविध क्षमतांमध्ये वाढ झाली. उदाहरणार्थ, विविध दिशांनी विचार करण्याची

क्षमता, कल्पनाशक्ती, समस्या सोडवण्याची क्षमता अशा अनेक क्षमता वाढल्या. नृत्यामुळे लयबद्ध हालचालींना संगीताची – तालाचीदेखील मदत झाली. सुसंबद्ध हालचाली आणि नृत्य यातून मेंदूच्या विविध क्षमता वाढतात, हे संशोधिकेनं सिद्ध केलं आहे. या मागचं कारण देताना त्या म्हणतात की, आपलं मन- मेंदू आणि शरीर हे एकच असतं. या घटकांची एकात्मता असेल तर त्याचा चांगला परिणाम होणारच.

ताणतणाव

काही प्रमाणात मनावर ताण असेल तर हातून चांगलं काम घडतं. पण, जेव्हा आपल्याला कसली तरी चिंता वाटायला लागते, तेव्हा ताणतणाव वाढतात, मन नकारात्मक विचारांकडे झुकतं. एखादी चिंताजनक परिस्थिती ओढवली की आपली जीभ कोरडी पडते, छातीत धडधडतं, घाम फुटतो, झोपेवर परिणाम होतो, अस्वस्थता वाढते, पाय जड होतात, हातांचे चाळे सुरू होतात, पोटात गोळा उठतो; म्हणजेच ताणाचा आपल्या संपूर्ण शरीरावर परिणाम होतो. हे केवळ प्रौढ व्यक्तींच्याच बाबतीत घडतं असं नाही. मुलांनादेखील विविध ताणतणावांना सामोरं जावं लागतं. ज्या तणावांमुळे मनावर आणि शरीरावर घातक परिणाम होतात, असे तणाव नेहमीच नकारात्मक असतात. असे तणाव जर वारंवार येत असतील तर त्याचा आधी मेंदूवर आणि कालांतरानं शरीरावर वाईट परिणाम होतो.

तणावाच्या वेळेस काही व्यक्ती येरझारा घालतात, असे आपण पाहिले असेल. ताणाची तीव्रता कमी करण्याचा हा एक सोपा उपाय आहे. कारण यामुळे शरीराची हालचाल वाढते, त्यामुळे रक्ताभिसरण वाढते. ताण हलका होतो. ताण आलाच तर त्याचा योग्य पद्धतीनं निचराही झाला पाहिजे.

आपली शेकडो कामं मेंदू बिनबोभाट करत असतो. एखादी समस्या आली तरच आपल्याला या अवयवाची जाणीव होते; इतका हा मेंदू दुर्लक्षित असतो. आपला चेहरा, पेहराव यांची जेवढी काळजी घेतो, त्यापेक्षा मेंदूची अधिक काळजी घ्यायला हवी. मेंदूला आवडणाऱ्या गोष्टी केल्या व न आवडणाऱ्या गोष्टी टाळल्या तर तो कायम तत्पर राहील. मात्र, रोजच्या जगण्या-वागण्यात आपण काही गोष्टी पूर्णतः टाळू शकत नाही. अशा वेळेला त्या कमी करण्याच्या प्रयत्न तर नक्कीच करता येईल.

■

प्रवास चढउतारांचा- न थांबणारा

पालकत्वाचा प्रवास खूप आनंदाचा असतो. मजेचा असतो. मूल प्रगती करत असताना बघणं हा तर आनंदाचा ठेवा आहे. मुलं मोठी झाली, मुलांना मुलं झाली तरी आईबाबांच्या नजरेत त्यांच्या छोटेपणीच्या प्रतिमाच नांदत असतात. 'हा चालायला लागला तेव्हा...', 'ही लवकरच बोलायला लागली आणि...', 'मी तेव्हा तुला रागावले / रागावलो याचं मला आजही वाईट वाटतं...' असं म्हणताना त्यांचे डोळे आजही पाणावतात. वास्तविक हे प्रसंग घडून पंचवीस-तीस वर्षं किंवा त्याहूनही जास्त काळ लोटलेला असतो. पण असे प्रसंग आता ज्येष्ठ झालेल्या पालकांच्या बोलण्यात नेहमी असतात. कारण प्रेम आणि जवळिकीची भावना अतिशय सखोल असते. या नात्यात अपार आनंद असतो.

हा प्रवास खूपसा आनंदाचा तर कधीकधी चढउताराचाही असतो. या अखंड प्रवासात अनेकदा काही प्रश्न निर्माण होतात, खरं तर तिथेच त्यांची उत्तरंही लपलेली असतात. मूल मोठं होत असताना त्यांच्या वाढीच्या प्रत्येक टप्प्यावर वेगवेगळे, आव्हानात्मक प्रश्न निर्माण होत असतात. या प्रश्नांनी त्रस्त व्हायला होतं, थकायला होतं, हे साहजिकच आहे; पण उत्तरं

सापडली की प्रवाह मोकळा होतो. मिळालेलं उत्तर साजेसं असलं की नवीन काही शिकवून जातंच. आपलं मूल आपल्यालाच शिकवत असतं. कालच्यापेक्षा आज सज्ञान करत असतं. दिसामासानं आपणही मोठे होतच असतो. या प्रवासात एक मात्र लक्षात घ्यायला हवं, की आज आपल्याला सापडलेलं उत्तर हे उद्याचा प्रश्न निर्माण करणारं नसावं.

मूल झाल्यापासून पालकांना अनेक प्रकारचे प्रश्न पडत असतात. हे प्रश्न पहिल्या दिवसापासूनच पडत असतात. आणि मग दिवसेंदिवस त्या प्रश्नांची संख्या वाढतच जाते. जन्मल्यानंतर २०-२२ तास मूल झोपेत असतं, तो काळ आईबाबा आणि इतरांसाठी जमवून घेण्याचा काळ असतो. त्यानंतर प्रत्येक टप्पा अवघड वाटायला लागतो.

- छान झोपणारं बाळ अचानक रात्री झोपणं सोडून देतं. रात्र झाली की आईबाबांचे डोळे श्रमानं मिटायला लागतात आणि त्याच वेळी मुलांचे डोळे आता काय खेळायचं, नवीन काय दिसतं आहे, या आनंदानं चमकायला लागलेले असतात. त्या काळात हा प्रश्न फारच महत्त्वाचा वाटत असतो. कधी एकदा मूल रात्रीचं नीट झोपायला लागतंय, असं नव्या आईबाबांना वाटायला लागतं.
- काही दिवसानंतर अनेक मुलांचे खाण्याचे नखरे सुरू होतात. आत्तापर्यंत छान खाणारं मूल अचानक खात का नाही, वजन कमी तर होणार नाही ना, अशा विचारांनी आईबाबा त्रस्त होतात, काही दिवसांनी मूल चांगलं खायला लागेल, असं वाटत असतं. हा प्रश्नदेखील बराच काळ टिकतो.
- नुकतंच पाय फुटलेलं मूल घरात आणि बाहेर गेल्यावर जग जिंकल्याच्या आविर्भावात संचारत असतं, अशा वेळी त्याला आवरताना नाकी नऊ येतात. अशा मुलांना कसं आणि किती सांभाळायचं, त्यापायी आपण किती दमायचं, हे प्रश्न सुटता सुटत नाहीत.

वेळच्या वेळी योग्य खाणं-पिणं, छान झोप, योग्य वयात बोलणं, इतर आवश्यक क्रिया सुरळीत सुरू झाल्या तर किती चांगलं, असं प्रत्येकाला वाटत असतं. मूल चार-पाच वर्षांचं होईपर्यंत नव-पालकांचं रूपांतर प्रयोगशील पालकात झालेलं असतं.

'थोडा मोठा झाला की झोपेल शांत.'

'अजून थोडा मोठा झाला की खाईल सगळं आपोआप.'

'जितकं उशिरा टॉयलेट ट्रेनिंग देऊ, तितकी सवय लागायला वेळच लागणार. पण कळेल आपोआप.'

मूल थोडं मोठं झालं की अमुक होईल, मग सगळं नीट होईल, या आशेवर पालक दिवस काढतात.

इथवर येईपर्यंत मुलांना शाळेकडे सोपवण्याची वेळ येते. अडीच वर्षापासून मूल आईबाबांच्या कडेवरून थेट शिक्षिकेच्या कडेवर जातं. कधी हसत, कधी रडत, 'बाळ'पणातच शाळेत प्रवेश करतं होतं. आता पालकांनी सवय करायची असते ती आपलं मूल इतरांच्या नजरेतून बघायची. अजून आपल्या मुलांना आईबाबांनी पुरतं ओळखलेलं नसतं, तोच त्याच्या औपचारिक मूल्यमापनाची वेळ येते.

शाळेत विषयानुसार मूल्यमापनाची जबाबदारी शिक्षक पार पाडतात. घरात मात्र ही भूमिका आईबाबांची, जवळच्या नातेवाइकांची असते. घरातले हे विषय साधारणपणे असे असतात. ते वयानुसार कमीजास्त होऊ शकतात. साधारणपणे चौदा-पंधरा या वयोगटापर्यंत विचार केला तर असे विषय समोर येतात :

- रोजच्या कामांची शिस्त
- इतरांशी बोलण्याची भाषा
- इतरांशी वागणं
- मुलामुलींच्या मित्रमैत्रिणीची निवड
- अभ्यासाला दिलेला वेळ
- सर्व गोष्टींची तत्परता
- विशिष्ट आवडीनिवडी

या यादीत अजूनही अनेक विषयांची भर पडेल. या सर्व विषयांची परीक्षा रोज घातली जाते, आणि त्याचे मूल्यमापनही रोजच होत असते. आपल्या मुलांचे मूल्यमापन हे पालकांना करावंच लागतं. या मूल्यमापनातून कधी अपेक्षित गोष्टी घडताना दिसतील, तर कधी काही गोष्टी अनपेक्षितपणे धक्कादायक असतील.

मात्र अशा चांगल्या-वाईट वेळा यापूर्वी आलेल्या आहेत आणि पुढेही येणार आहेत. मुलांचा वयोगट एक महिना असो किंवा आठ-नऊ वर्ष किंवा त्याही पुढे; या अनुभवांमुळे कधी सुखावून जायला होईल, तर कधी प्रश्न निर्माण होतील. या प्रश्नांची उत्तरं ताणतणावांच्या आहारी न जाता हसत शोधली तर लवकर सापडतील. ताणांना घाबरून चालत नाहीत. त्यांना टाळता तर येत नाहीच. कितीही नाही म्हटलं तरी ते येतातच. अशा वेळी हे ताण स्वीकारणंच

योग्य. ते जसे आहेत तसे स्वीकारायचे, अर्थातच त्यांना खतपाणी मात्र घालायचं नाही. मात्र लवकरात लवकर विविध उपाय करत त्यांना मनाबाहेर टाकायचा प्रयत्न करायचा. पुढची दिशा बघायची.

हे नातं कायमस्वरूपी आहे. कायमच पुढचा- लांबचा विचार करायचा आहे. नातं टिकवायचा विचार करायचा आहे. आजचा शॉर्टकट हा उद्याचा खड्डा ठरू शकतो. आपल्या नात्यामध्ये कोणत्याच विघातक गोष्टींना थारा न देता आपल्यातलं प्रेम टिकलं पाहिजे, हेच बघायला हवं. कदाचित काही नात्यांबद्दल असं म्हणावं लागेल, की आधी प्रेमाचं बीज रोवलं गेलं आहे ना, याची खातरी करून घ्या. मगच ते रुजवा, फुलवा. जिथे बीज रोवलंच गेलेलं नसतं, तिथे कशाचाच उपयोग नाही. आपल्याला मुक्या कळ्या हव्यात, काटेरी झुडूप हवं, कोणाच्या आधाराने वाढलेली वेल हवी, स्वतंत्र, भक्कम वृक्ष हवा की लवचीक लव्हाळी हवीत- याचा मनाशी काहीएक विचार हवाच. आपल्याला मुलगा असो किंवा मुलगी; हे गुणधर्म दोन्हीत सापडतात. योग्य ते गुणधर्म फुलवायला वातावरण योग्यच हवं. त्यासाठीच आपली नजर, स्पर्श, शब्द पुरेसे असतात- तेच दिशा ठरवतात. म्हणून त्यांचं नियमन व्हायला हवं. याचं नियमन जमलं की पालकत्वाचा सूर सापडतो.

शब्द सोपे आहेत. ते आपण कितीदा तरी वापरतो. त्यामागचा भाव जाणावा लागतो. कुठल्याही अवघड प्रसंगात या तिघांचं मैत्र आपल्या मदतीला येतं : आपली नजर, आपला स्पर्श आणि आपले शब्द. आपलं मूल वयाच्या कोणत्याही टप्प्यावर असलं तरी या तिघांचा योग्य तिथे आश्वासक वापर खूप महत्त्वाचा असतो.

पहिली परिस्थिती : प्रेमळ नजर, मुलांना आपल्या जवळ घेऊन बोललेले आश्वासक शब्द - ही झाली आदर्श स्थिती. अशी स्थिती कायम ठेवणं खरं तर चांगलं. पण दर वेळी ही स्थिती जमून येईलच असं सांगता येत नाही, हे प्रामाणिकपणे कबूल करायला हवं.

दुसरी परिस्थिती : चिडकी नजर, स्पर्शाची भाषा धपाट्यांची आणि हाणामारीची आणि शब्द वाईट- कित्येकदा शिव्याही. अशा वातावरणात नजर, स्पर्श, शब्द- तिघांचंही मैत्र दिसतं; पण संबंध जोरदार बिघडलेले आहेत.

तिसरी परिस्थिती : काही कारणावरून आईबाबांनी नजर टाळणं, जवळ न घेणं किंवा अबोला धरणं यानं मूल अस्वस्थ होतं. आपली काहीतरी चूक झाली आहे, हे लक्षात येऊन चूक शोधायला लागतं.

नजर, स्पर्श आणि शब्दांची ही वेगवेगळी रूपं. ही रूपं मुलांसमोर कशा प्रकारे व्यक्त होतात, त्यांच्यापर्यंत कशी पोहोचतात, हे बघितलं गेलं पाहिजे. पहिल्या आणि दुसऱ्या परिस्थितीपैकी कशाचं प्रमाण किती असावं, हे आपण ठरवावं.

हे प्रमाण ५०-५० असेल तर आपले आईबाबा नक्की कसे आहेत, याचा थांगपत्ता लागत नाही. हे प्रमाण कुठल्या बाजूला झुकतं आहे आणि कुठं झुकायला हवं आहे, हे वेगळं सांगायची गरज नक्कीच नाही. तिसरी परिस्थितीही वापरता येऊ शकते, हे लक्षात घ्यायला हवं. एकूणात, प्रमाण जमणं हे केव्हाही महत्त्वाचं. त्यामुळेच पालकत्वाचा प्रवास आनंदमय होऊ शकतो.

प्रमाण चुकलं तर रेसिपीपासून आर्किटेक्चरल प्लॅनपर्यंत कितीतरी गोष्टी बिनसतात, इथं तर आपली... कोवळी मुलं आणि त्यांची कोवळी मनंच!

■

वंचित गटातली मुलं

पूर्ण समाजातल्या मुलांचा विचार केला तर मध्यमवर्गीय मुलांचा जसा वर्तमानकाळ छान असायला तसाच वंचित गटातल्या मुलांचाही. ज्या समाजातली मुलं सुखी आणि स्वास्थ्यपूर्ण, त्या देशाचा भविष्यकाळ सुखी असतो, असं मानलं जातं. एक दिवसाच्या बाळापासून ते साधारण आठ वर्षांची मुलं बालवयात येतात. या मुलांची परिस्थिती कशी आहे? आपल्या देशातली मुलंमुली सुखी, स्वास्थ्यपूर्ण, आनंदी आहेत असं आपण मानायचं का?

पालकत्वाच्या कक्षा रुंदावून आपल्याच परिसरातल्या याच वयोगटातल्या मुलांकडे पाहिलं तर काय दिसतं? हे वास्तव केवळ आर्थिक, सामाजिक वंचित गटात नाही, तर उच्चभ्रू आणि शिक्षित समाजातही अशी उदाहरणं दिसतात.

- आजही आपल्या देशात मुली म्हणजे निम्मी लोकसंख्या निर्भयपणे जन्म घेण्यापाचून वंचित आहे. कित्येक मुलींना गर्भातच मारलं जातं. तर काहींना जन्माला आल्यावर लगेच मारून टाकलं जातं. अनेक कुटुंबं 'मुलगा हवा', म्हणून लाखो रुपये खर्च करायला तयार असतात.

- अनेक मुलींना पोटभर आहार मिळत नाही. कुटुंबातल्या मुलग्यांपेक्षा मुलींना पौष्टिक आहार दिला जात नाही. हा प्रकार कुठल्याही आर्थिक, सामाजिक वर्गात आढळू शकतो.
- मुलींमध्ये तसेच मुलांमध्ये कुपोषण आहे. बालमृत्यू का होतात, या विषयावर डॉ. अभय बंग यांनी सादर केलेला *कोवळी पानगळ* हा अहवाल या प्रश्नाच्या सर्व सामाजिक, कौटुंबिक, आर्थिक आणि राजकीय बाजूंवर प्रकाश टाकतो. मात्र, या अहवालात ज्या सूचना केल्या आहेत, त्यांची कडक अंमलबजावणी होत नाही. आजही, मुलं कुपोषित आहेत. त्यांचे भुकेपोटी बळी जात आहेत.
- आपल्या समाजात बालमजुरीवर बंदी आहे; पण आसपास बालमजूर आहेत. '२०१० पर्यंत बालमजुरी नष्ट होणार!' अशी घोषणा ऐकली होती. त्यादृष्टीनं धडक कारवाई करून अनेक ठिकाणी छापे घालून बालमजूर पकडले, त्यांची सोडवणूक केली. मात्र, अशा प्रकारे सुटका केल्यानंतर त्यांच्या पुनर्वसनाचं आणि उदरनिर्वाहाचं काम पूर्ण व्हायला हवं.
- समाजात बालभिकारी आहेत.
- आपल्या समाजात सगळीच मुलं आनंदी, मजेत नसतात. विचित्र परिस्थितीत अडकलेली असतात. जी छोटी मुलं अगदी लहानपणापासून आईबरोबर तुरुंगात असतात, ती कितीतरी अनुभवांना मुकतात. घरच्या माणसांशी असलेली नाती, घरची ऊब, घरचं जेवण हे त्यांना माहीत नसतं. संध्याकाळी सहा वाजताच मुलं आईबरोबर कोठडीत कैद होतात, ती सकाळपर्यंत कोठडीतच असतात. त्यामुळे रात्रीचं वातावरण, गारवा, इतकंच काय; चंद्र-चांदण्यासुद्धा त्यांना माहीत नसतात. बालपणातली महत्त्वाची वर्षं बंदिस्त कोठडीत गेली, तर अशा मुलामुलींना इतर मुलांच्या बरोबरीला कधी आणणार आपण?
- वेश्याव्यवसाय करणाऱ्या आयांच्या मुलांची दुःखं आणि संकटं वेगळीच असतात. मुलांनी झोपेतून उठू नये म्हणून त्यांना झोपेच्या औषधांसारखं औषध दिलेलं असतं. या औषधांमुळे त्यांची गुंगी लवकर उतरत नाही. ही औषधं सतत घेण्याचे गंभीर परिणाम दिसून येतात. अशांना खेळवायला, रिझवायला, शिकवायला जे कार्यकर्ते जातात, त्यांना त्यांचे हे पूर्वानुभव लक्षात घ्यावे लागतात.

- बालवेश्याही आहेत. मुलींची विक्री होते. छोट्या मुलींवर अत्याचार होतात, बलात्कार होतात. अल्पवयीन मुलींचं अपहरण करून, त्यांना विकणाऱ्यांची साखळी कार्यरत आहे. शेजारच्या गल्लीपासून ते आंतरराष्ट्रीय स्तरावर या साखळीचं काम चालू आहे. त्यांचा पर्दाफाश करून मुलींचं जीवन सुरक्षित करणं आणि त्यांना उद्‌ध्वस्त होण्यापासून वाचवणं हे एक मोठं आव्हान आहे. बालवेश्या, मुलामुलींवर अत्याचार हे लांच्छनास्पद प्रकार तर मुळापासून दूर होण्यासाठी युद्धपातळीवर प्रयत्न व्हायला हवेत.
- कागद वेचणारी, मोलमजुरी करणारी आई, भंगार गोळा करणारे बाबा त्यांच्या मुलांशी बोलायला वेळ काढू शकत नाहीत, मुलांच्या मनातल्या प्रश्नांना उत्तरं देऊ शकत नाहीत. कारण त्यांना वेळही नसतो आणि मुलांशी बोलणं आवश्यक आहे, हे माहितीही नसतं. एखाद्या आश्रमात एकाच वयाची किती तरी मुलंमुली एकत्र राहत असतात. त्या मुलांच्या मनातल्या प्रश्नांना उत्तरं द्यायला नेहमीच कोण उपलब्ध असणार? तिथे उपस्थित असलेल्या एक-दोन व्यक्ती किती मुलांना उत्तरं देणार?
- या वयात मूल वस्तू हाताळतं, कितीतरी प्रश्न विचारतं. या प्रश्नांना उत्तरं द्यायला जवळ कोणीतरी मोठं असेल तर ती मुलांच्या दृष्टीनं बौद्धिक भाग्याचीच गोष्ट म्हणायला हवी. कारण या काळात मुलांशी भरपूर बोललं नाही तर त्यांचा भाषाविकास अपुरा राहतो. भाषाविकास आणि आर्थिक, सामाजिक वंचित कुटुंबं यांच्यावर अनेक अभ्यास व संशोधनं झाली आहेत, त्यातून हा संबंध लक्षात आलेला आहे.
- आजही बऱ्याच समाजघटकांच्या बाबतीत शिक्षण हा मुद्दा पुढच्या क्रमांकावर आहे. समाजातल्या सर्वांना शिक्षण मिळायला हवं, म्हणून ते सक्तीचं केलं. पण कित्येक मुलांसाठी शिक्षणाआधी आहाराचा प्रश्न आहे, भुकेचा प्रश्न आहे. म्हणून आहाराची व्यवस्था करावी लागलेली आहे. केवळ आहारासाठी म्हणून शाळेत येणारे अनेक जण आहेत.
- शिक्षकाचं आणि मुलांचं नातं तयार झालं तर शिक्षण होतं, नाहीतर पुन्हा गळतीचा प्रश्न आहेच. शिक्षणाची नवव्यवस्था सर्व पातळीवरच्या शिक्षकांनी रुजवली आणि मुलांना आठवीपर्यंत मागे पडू द्यायचे नाही, असं ठरवलं तर नववीत अभ्यासाचं ओझं जाणवणार नाही. त्यापायी

आत्मविश्वास जाणं, वर्ष वाया जाणं असे प्रश्नही उद्‌भवणार नाहीत.

- कुटुंबानं मुलांइतकाच आपल्या मुलींचाही विचार केला तर तिला नक्कीच शिक्षण मिळेल. भविष्यातल्या संधी तिच्यासाठीसुद्धा उपलब्ध असतील.
- सर्व स्तरांतल्या मुलांचे स्वत:चे काही भावनिक, मानसिक प्रश्न असतात, त्यात वाढ होत आहे. हे प्रश्न निर्माण होण्यासाठी अनेक घटक जबाबदार असतात. कधी त्यात खुद्द आईवडील असतात. शाळा आणि कडक शिक्षक हे वातावरण प्रश्नांना हातभार लावतं. घरातलं वातावरण वाढ आणि विकासाला पोषक नसतं. आर्थिक, सामाजिक वंचित घटकांकडे मुलांना द्यायला वेळ नसतो, तसंच सधन, सुशिक्षित कुटुंबांमध्येही मुलांकडे लक्ष पुरवलं जातंच असं नाही.

टीव्ही हा मुलांचा मोठा गुरू आहे. तो बघून मुलं अनेक प्रयोग करतात. त्यातून अधिक उग्र समस्या जन्माला येऊ शकतात. मुलांमध्ये वाढता हिंसाचार, नव्या पद्धतीनं चोऱ्या करणं, नवे गुन्हे करणं, व्यसनं करणं आणि हे सर्व करताना काहीही विशेष चूक नाही असं समजणं, या वृत्तीला पुढच्या काळात आवर घालावा लागणं हे आव्हान राहणार आहे. शालेय वयातल्या मुलांपुढे अतिशय सवंग प्रकारची करमणूक ठेवली जाते. टीव्ही घराघरांत घुसलेला असल्यानं त्याला कडक सेन्सॉर बोर्ड हवं, अशी मागणी शिक्षक, पालकांनी करायला हवी.

भविष्यात हे सर्वच प्रश्न उग्र होत जाणार आहेत. विविध प्रकारच्या विषमतांची दरी दिसते आहे. आसपासची बरीचशी मुलं हिरिरीनं, खूप कष्टानं दहावी-बारावीचे पेपर देत असताना काहींच्या परीक्षेआड कधी दुष्काळी, कधी अवकाळी पावसाची परिस्थिती येते. घरात वाईट परिस्थिती ओढवते. शिक्षणाबाबत प्रश्न निर्माण होतात.

समाजाचा भविष्यकाळ सुखी व्हायचा असेल तर मुलं सुखी झाली पाहिजेत. आपल्या आसपासची मुलं सुखी आहेत का?

मुलांच्या विविध प्रश्नांकडे डोळेझाक करून चालणार नाही. वास्तविक कित्येकदा मुलांना माणूस म्हणूनही वागवलं जात नाही, असं लक्षात आल्यामुळे जगभरातल्या १८ वर्षांखालील मुलांना 'कन्व्हेंशन ऑफ चाईल्ड राईट्स'अंतर्गत हक्क मिळवून दिलेले आहेत. यामध्ये अनेक हक्क आहेत. जसं, जगण्याचा हक्क, सुरक्षिततेचा हक्क, शिक्षणाचा हक्क, स्वत:ला व्यक्त करण्याचा हक्क, खेळण्याचा हक्क, स्वत:चा विकास करण्याचा हक्क. बालक हक्कांच्या या सनदेवर भारताने

सही केली आहे. त्यामुळे भारतातल्या सर्व मुलांना हे हक्क मिळालेले आहेत. शासन तर यासाठी बांधील आहेच; पण आपणही सर्व त्यासाठी बांधील आहोत.

शासनानं मुलांचे हे हक्क म्हणून मान्य केलेले आहेत. अशी कायदेशीर प्रक्रिया झाली की चांगले बदल होतील असे आशेचे किरण दिसू लागतात. मुलांच्या हितासाठी कायदा बांधील राहतो. परिस्थिती बदलण्याची चिन्हं दिसू लागतात. त्या भक्कम आधारावर खरोखरच संपूर्ण समाजात काही सकारात्मक बदल घडून येण्याच्या शक्यता वाढतात. अशा विचारांनी नव्या कामाला सुरुवात केली तर काही वर्षांनी त्याची फळं दिसतील.

मुलांना धमकी दिली म्हणून पालकांना अटकेत घातलं अशी परदेशातली बातमी वाचून आपण आश्चर्यचकित होतो. बालक हक्कांविषयी अजून आपल्याकडे जागरूकता नाही. हा मुलं सुखी होण्यातला पहिला अडथळा आहे.

शिक्षा केल्यामुळे मुलांवर जे गंभीर परिणाम होतात, त्याची बालहक्कांनी दखल घेतलेली आहे. मुलांना शिक्षा करण्याचा हक्क कोणालाही नाही. त्याच्या जन्मदात्या पालकांना, शिक्षकांना किंवा कोणालाही मुलांना मारण्याचा हक्क दिलेला नाही; तर शारीरिक शिक्षा करणाऱ्या व्यक्तीवर गुन्हा दाखल करण्याची कायद्यात सोय आहे. याचं कारण मुलं ही राष्ट्राची संपत्ती आहे.

बालहक्कांमध्ये शिक्षेसंबंधी स्पष्टपणे उल्लेख केलेले आहेत, ती कलमं अशी :

- **कलम २ :** आईवडील अगर पालक यांच्या मतांमुळे अगर श्रद्धेमुळे मुलांमध्ये भेदभाव केला जाणार नाही अगर त्यांना शिक्षा होणार नाहीत यासाठी उपाय योजावेत.
- **कलम १९ :** शारीरिक दुखापत, निष्काळजीपणे हाताळलं जाणं, वाईट वागणूक, शोषण, लैंगिक अत्याचार अशा तऱ्हेच्या कुठल्याही शारीरिक किंवा मानसिक अत्याचारांपासून मुलांचं संरक्षण करण्यासाठी योग्य ते सामाजिक, शासकीय व शैक्षणिक उपाय योजावेत. मुलावर जर अत्याचार होत असेल तर त्याचा शोध घेणं, खबर देणं, गुन्ह्याचा छडा लावणं, कायदेशीर इलाज करणं, पाठपुरावा करणं व मुलावर उपचार करणं यासाठी योग्य यंत्रणा असाव्यात.
- **कलम २७ :** सर्व देशांना हे मान्य आहे, की आपल्या शारीरिक, मानसिक, सामजिक आणि आत्मिक वाढीला पोषक अशा जीवनमानात वाढण्याचा मुलाचा हक्क आहे.
- **कलम ३१ :** मुलांचा विश्रांती घेण्याचा, खेळण्याचा, योग्य अशा

करमणुकीत रमण्याचा, मोकळा वेळ असण्याचा, सांस्कृतिक जीवन व कला यात भाग घेण्याचा हक्क सर्व देश मान्य करत आहेत.

- **कलम ३२ :** आर्थिक शोषणापासून आणि कुठल्याही धोकादायक, शिक्षणाच्या शारीरिक व मानसिक प्रगतीच्या आड येणाऱ्या कामापासून संरक्षण मिळण्याचा मुलाचा हक्क सर्व देशांना मान्य आहे.

भारत सरकारनं मुलांबाबत एक राष्ट्रीय धोरण २२ ऑगस्ट १९७४ रोजी मंजूर केलेलं आहे. त्यातही इतर तरतुदींप्रमाणेच,

१. अनास्था, क्रौर्य व शोषण यांच्यापासून मुलांचा बचाव केला जाईल.
२. आईवडिलांमधील तंट्यात अगर दोन संस्थांमधील भांडणात अगर इतर कोठल्याही कायदेशीर भांडणात, मुलांच्या हिताकडे सर्वाधिक लक्ष दिलं जावं यासाठी सध्याच्या वातावरणात सुधारणा करणं आवश्यक आहे, अशा तरतुदी केल्या आहेत.

आपल्या समाजात मुलांचं एक मोठं विश्व अस्तित्वात आहे आणि भावी समाज सुखी व्हायचा असेल तर प्रत्येक मूल सुखी झालं पाहिजे, ते गरजेचंच आहे.

■

समृद्धतेच्या अपार संधी

आपल्या एकूण समाजातल्या मुलांचा विचार करू या. आपला समाज मुलांना काय देतो? काय उपलब्ध आहे मुलांसाठी? मुलांच्या मेंदूला चालना देण्यासाठी त्यांच्या क्षमता आणि आवड लक्षात घेऊन यातल्या काही गोष्टी नक्कीच करता येतील.

- मुलांना सांभाळण्यासाठी घरं असतात. पाळणाघरं असतात. काही मुलं अनाथाश्रमात वाढतात.
- मुलांना शिकवण्यासाठी शाळा असतात. काही मुलं आश्रमशाळेत राहतात आणि शिकतात. वसतिगृह हाही पर्याय आहे. काही वसतिगृहांमध्ये पहिली-दुसरीचीही मुलं असतात.
- खेळण्यासाठी मैदानं आहेत; पण ती आता कमी होत आहेत.
- सधन वर्गासाठी विविध क्लासेस, छंदवर्ग, कलावर्ग उपलब्ध असतात. निम्न वर्गातल्या मुलांसाठी स्वयंसेवी संस्था काही प्रमाणात असे वर्ग उपलब्ध करून देतात.
- शाळांमध्ये वाचनालयं असतात. त्याचा उपयोग किती टक्के मुलं करतात, हे तपासावं लागेल.

या गोष्टी आपल्याकडे कमीअधिक प्रमाणात उपलब्ध आहेत; पण मुलांनी मानसिक-बौद्धिक-भावनिकदृष्ट्या समृद्ध व्हावं, संपन्न व्हावं यासाठी काय आहे? थोडेच पालक आपल्या मुलांसाठी जाणीवपूर्वक असे अनुभव देतात. वेगळे दृष्टिकोन देतात. मात्र, बहुसंख्य मुलांचा विचार केला तर हे प्रयत्न अत्यंत अपुरे आहेत. म्हणून या शेवटच्या प्रकरणात मुलांना समृद्ध व्हावं म्हणून छोट्याछोट्या गोष्टी सुचवल्या आहेत.

जे पालक, नातेवाईक, शाळा, आश्रमशाळा, पाळणाघरं, बालवाड्या, अंगणवाड्या, अनाथाश्रम, सांस्कृतिक केंद्र, छंद वर्ग यांच्या माध्यमातून लहान मुलांच्या सहवासात आहेत, त्यांनी या गोष्टी कराव्यात. त्यात स्वत:ची भर टाकावी. सर्व समाजातली बहुसंख्य मुलं समृद्ध व्हायला हवीत.

मुलांकडे निरीक्षणक्षमता भरपूर असते. प्रत्येक वस्तू त्यांना नव्यानं समजून घ्यायची असते. त्यामुळे एखाद्या वस्तूकडे लहान मूल कितीतरी वेळ बघत असतं. अगदी बाळ असताना स्वत:च्या सावलीशी खेळणं, ज्यानं कडेवर घेतलं असेल त्याच्या ड्रेसवरच्या नक्षीकडे बघणं, दागिन्यांकडे बघणं, कॅलेंडरवरची चित्रं निरखणं, हातातला पेला उलटासुलटा करून तपासणं, चालताना फरशीवर एखादं भोक असेल किंवा स्टिकर चिकटवला असेल तर त्याचं मनसोक्त निरीक्षण करणं. साधा रबरबँडसुद्धा खूप बघण्यासारखा असतो, हे आपल्याला छोट्या मुलांकडे बघून समजतं. चादर-पांघरुणावरची नक्षी न्याहाळणं, नव्या माणसांचे चेहरे म्हणजे तर अजूनच मजा; निरीक्षण करण्यासाठी पर्वणीच. जे नजरेला पडेल ते तसंच सोडून द्यायचं नाही. दिसेल त्या प्रत्येक वस्तूचं, सगळ्याचं निरीक्षण करायचं. आपण दिवसातून कितीतरी वस्तू बघत असतो, रचना बघतो. प्रत्येक वेळी त्याचं निरीक्षण करतोच असं नाही. अचानक एखादी नवी रंगछटा दिसून जाते. तिकडे नजर जाते, कदाचित क्षणभरासाठी मन नोंदही घेतं. पण आपला वेग त्या गोष्टींचं निरीक्षण करू देत नाही, आस्वाद घेणं ही लांबची गोष्ट.

- मुलांना खेळणी आणून दिली तरी मुलं ती खेळणी बाजूला टाकतात आणि घरातले लोक ज्या खेळण्यांशी खेळतात, त्याच खेळण्यांशी खेळतात. खरी भांडी, खरी केरसुणी, खऱ्या बूट-चपला, खरा मोबाईल फोन. कारण या वस्तूंचं निरीक्षण करणं हे त्याचं मुख्य काम असतं.
- एखाद्या वस्तूचा पंचेंद्रियांनी आस्वाद घ्यायला मूल आसुसलेलं असतं. डोळ्यांनी निरखून बघणं, हातानं स्पर्श करणं, वस्तू वाजवून बघणं, जमलं तर त्याचा वास घेणं, हे करून झाल्यावर मूल ती वस्तू तोंडात

घालायलाही मागेपुढे बघत नाही. कारणं पाचवं ज्ञानेंद्रिय म्हणजे जीभ. त्याची चव कशी आहे हे बघितल्याशिवाय ज्ञानाचं वर्तुळ पूर्ण कसं होणार? एखाद्या वस्तूचं जास्तीत जास्त ज्ञानेंद्रियांमार्फत निरीक्षण करण्याची ही सवय टिकवली पाहिजे. (जिभेला आवर घालावा लागतो, हे खरं.)

- वस्तू वेगवेगळ्या पद्धतीनं बघितल्या गेल्या पाहिजेत. लहानपणची ही सवय पुढेही टिकली पाहिजे. अगदी लहान मुलं निरीक्षण करतातच; पण शालेय वयातल्या मुलांनाही रचनेतलं सौंदर्य दिसलं पाहिजे, नाहीतर ते दाखवलं पाहिजे. मधाच्या पोळ्याचा एखादा तुकडा मिळाला तर त्याकडे बघा. एकसारख्या सुबक षट्कोनांच्या रांगा त्यात बघायला मिळतात. निसर्गाचा एक अप्रतिम नमुना. आता हाच तुकडा उलटीकडून बघितला, तिरका बघितला, लांबून बघितला किंवा अगदी जवळून भिंगातून बघितला, तर दर वेळी एक नवीन चित्र बघितल्यासारखं वाटतं. लख्ख सूर्यप्रकाशात, प्रकाशाकडे तोंड करून, पाठ करून, चंद्रप्रकाशात बघितला तर वेगळा भासतो.
- एखाद्या शंखाचा, शिंपल्याचा रंग मागून-पुढून किंवा आतून वेगळाच असतो. त्यावरच्या रेषा- एकेक रेष नजरेला बांधून ठेवते.
- वेगवेगळ्या रंगाचे-आकारांचे-स्पर्शाचे दगड, रुद्राक्षावरची नक्षी, अर्धवट पिकून खाली पडलेली वेगवेगळी फळं; जसं छोटं शहाळं, वेगळंच दिसतं.
- शेंगेतले दाणे निघून गेल्यावर उरलेलं टरफल. निसर्गात अशी काही टरफलं, सालं आहेत, की त्यातही काही सौंदर्य आहे हे बघितल्याशिवाय कळत नाही. टोकदार, धारदार, गोलाकार, मऊ, खरखरीत, गर्द हिरवं तर कधी रंगीत पान; प्रत्येकाचं स्वरूप वेगळं, प्रत्येकाची धाटणी वेगळी. रोजच्याच वस्तू; पण त्या वेगळ्या पद्धतीनं बघितल्या तर त्यातून एक नवीनच चित्र तयार होतं. मुळात प्रत्येक वस्तूची रचना वेगळी असते.
- नाचऱ्या पक्ष्याची शेपटी, हॉर्नबिलची वैशिष्ट्यपूर्ण चोच, सनबर्डचे उन्हात चमकणारे रंग, सूर्यफुलातल्या बिया, उडताना-खाली उतरताना-बसताना पक्ष्यांच्या पंखांच्या होणाऱ्या हालचाली बघण्यासारख्या असतात. नवी दृष्टी देतात.

- जसजशी मुलं मोठी होतात, प्रत्येक वस्तूचं नाव, त्याचा उपयोग वगैरे गोष्टी त्यांना समजू लागतात; मग वस्तूकडे ती वस्तू म्हणूनच ढोबळपणानं बघायला लागतात. उदाहरणार्थ, मधाचं पोळं दिसलं की त्याबद्दलची माहिती पुरेशी जमा होते; पण त्याच्या रचनेचं सौंदर्य, त्याचं निरीक्षण करणं हे लक्षातही येत नाही. थोडं थांबून त्याकडे वेगळ्या नजरेने बघणं ही गरज उरत नाही! रबरबँडची रचना निरखणारी छोटी मुलं मोठी झाल्यावर अप्रतिम, नैसर्गिक रचनेकडेही दुर्लक्ष करून टाकतात.
- काही मात्र आपली ही कलात्मक नजर कायम जागती ठेवतात; म्हणून तर दगड कोरून निर्माण केलेली शिल्पं दिसतात. फांदीपासून अगदी वाळलेल्या फुलापानांपासूनही कलाकृती तयार होतात. काष्ठशिल्पं तयार होतात.

  चित्रकार विष्णुपंत चिंचाळकर गुरुजींना साध्या स्लीपरमध्येही चित्र दिसली आहेत. घरातल्या भिंतीवरच्या पोपड्यांनी वेगवेगळे आकार धारण केले होते, तिथे त्यांनी चित्र तयार केलं होतं. आकाशातल्या ढगांचे विविध आकार आणि त्यांचे रंग ही तर चित्रांची सुंदर कल्पना. १, २, ३, ४ हे अंक उलटे, सुलटे, तिरके करून, अ, आ, इ, ई, ..., ह, ळ, क्ष, A, B, C, X अशा अक्षरांमधून किती प्रकारची नवी चित्रं त्यांनी तयार केली होती. नुकत्याच प्रकाशित झालेल्या *आकृती* या आभा भागवतांच्या पुस्तकात केवळ हात आणि पाय यांच्या रचनेतून किती प्रकारची चित्रं तयार होऊ शकतात, हे पाहणं आश्चर्यकारक, आनंददायक वाटतं.

  अशा सर्जनशीलतेसाठी वेगळीच नजर पाहिजे. नियमित रचनेपलीकडे-वस्तुपलीकडे वेगळं काही बघण्याची क्षमता पाहिजे.
- 'इल्युजन पिक्चर्स' आपल्याला हेच करायला लावतात. दिसायला एखादं चित्र असतं, एखाद्या झाडाचं किंवा म्हाताऱ्या व्यक्तीचं; पण त्यात लपलेली चित्रं वेगळीच असतात.
- रोज वर्तमानपत्रात आलेल्या किंवा मासिकातल्या चित्रांमध्येदेखील चित्रांपलीकडे दिसणारी एक सृष्टी असते. स्टेडियममध्ये बसलेल्या लोकांनी घातलेल्या रंगीबेरंगी कपड्यांतून, त्यांच्या हातातल्या

झेंड्यांमधून मजेशीर रंगसंगती निर्माण झालेली असते. गर्दीनं फुललेली बाजारपेठ हे तर अनेक चित्रांचं एक चित्र असतं. विक्रेते आणि ग्राहक, गजरे विकणारा माणूस, सायकल हातात धरून चालणारा बाबा आणि पुढे बसून खाऊ खाणारी छोटी, हसरी मुलगी - अशी छोटी चित्रं हा खरं तर या मोठ्या चित्रांचा एक लहानसा भाग. पण बारकाईनं बघितलं तर ती चित्रंदेखील पूर्ण वाटावीत अशीच. काहीसा चित्रवाचनासारखाच हा प्रकार आहे.

- सध्या तंत्रज्ञानाचा जमाना आहे. निसर्गाची ओळख होण्याआधी मुलांसमोर तंत्रवस्तू आधी येतात. या कृत्रिम, मानवनिर्मित वस्तूंच्या रचनाही बघण्यासारख्या असतात. स्टेपलर्सच्या बंचचा आतला भाग, टाईपरायटरचा की बोर्ड, स्पायरल बाईंडिंग, डायरीत कडेला ए, बी, सी, डी रंगवलेली पानं, वेगळा फोकस लावून फोटो काढला की वस्तू ओळखतादेखील येत नाही.
- ब्लॅक-व्हाईट छायाचित्रांच्या एका प्रदर्शनात धबधब्याचं एक छायाचित्र पाहायला मिळालं. एरवी धबधब्याचं चित्र किंवा फोटो समोरून काढलेला असतो. मात्र हा फोटो पाणी पडतं त्या दिशेकडून अक्षरश: उलटा काढला होता. या चित्रात पाणी आहे हे समजत होतं, मात्र ते नक्की कशा स्वरूपात आहे, हेच कळत नव्हतं. चित्र नक्की सरळ लावलं आहे ना की चुकून उलटं वगैरे... अशीही शंका मनात येऊन गेली.
- नजरेचं इंद्रिय अधिक जाणतेपणानं वापरायला हवं. त्याचबरोबर टीव्हीचा आवाज, मोबाईलचा रिंगटोन, विविध गेम्सचे कृत्रिम आवाज यांच्या पलीकडे छोट्या नैसर्गिक आवाजांनी आपलं लक्ष वेधून घ्यायला हवं. पक्ष्यांच्या आवाजातलं वेगळेपण, धबधब्याचा रौद्र आवाज, झऱ्याची झुळझुळ, पानांची सळसळ, पावसाच्या थेंबांचा पानावरचा नाच, त्यांची टपटप ऐकण्यासारखी असते. बिनगर्दीच्या, अतिशय शांत ठिकाणी कानांवर जेव्हा कसलाच आवाज येत नसतो, तेव्हा एक वेगळाच अनुभव येत असतो. कदाचित हाच शांततेचा आवाज असतो. तो 'ऐकू' यायला हवा.
- स्पर्शाचीही वेगळी भाषा असते. अंध व्यक्ती प्रत्येक गोष्ट स्पर्शानं अनुभवत, शिकत असते. झाडाच्या खोडाचा खरबरीत स्पर्श, फुलांच्या

पाकळ्यांमधली कोमलता, मोरपिसाचा मखमली स्पर्श, दगड-लाकूड-कापसाचा स्पर्श, कापूस आणि शेवरी यांचा स्पर्शही वेगळा असतो, हे हातात घेतल्याशिवाय कसा कळणार? वेगवेगळ्या पानांचा वेगवेगळा स्पर्श असतो.

या सगळ्या गोष्टी बघायला गेलं तर साध्या असतात. अगदी सहजपणे आपल्या आसपास असतात. या गोष्टींचा वास्तविक अनुभव घ्यायला पाहिजे. या गोष्टी आपल्या समृद्धतेत कणाकणानं भर घालत असतात.

खरोखर, पाचही इंद्रियं पुन्हा एकदा खुली व्हायला हवीत! आपले वेगळे फोकस आपणच निर्माण करायला हवेत. हे फोकस आसपासचं जगच बदलून टाकतात. नेहमीच्या वस्तुंपलीकडे आपोआप नजर जायला लागते. प्रत्येक वस्तूत, प्रत्येक रचनेत काहीतरी नवं, वेगळं शोधायला लागते. 'हम जैसे देखे, ये जहां है वैसाही, जैसी नजर अपनी' हे लक्षात घेऊन सर्व गोष्टी मोकळेपणानं बघायच्या, समृद्धतेच्या संधी मुलांना आणि स्वत:लाही दिल्याच पाहिजेत. पर्यटनासाठी माणसं घराबाहेर पडतात; पण शंभर लोक ज्या स्थळांना भेटी देतात, तिथेच आपण जाण्यात काय मजा आहे? आपल्या जागा वेगळ्या हव्यात. जागा वेगळ्या नसतील तरी 'फोकस' खास आपलाच हवा. आपल्याकडून मुलं हेच तर शिकतील.

पहिली आठ वर्षं म्हणजे संपूर्ण आयुष्याचा पाया. हा पाया पक्का हवा.

■

डॉ. श्रुती पानसे
अंकुर माध्यम, ६, चिपळूणकर भवन, पूना हॉस्पिटल चौक, लाल बहादूर शास्त्री रस्ता, पुणे – ३०
ई–मेल : drshrutipanse@gmail.com

शिक्षण : एम. ए (मराठी);पीएच. डी. (शिक्षणशास्त्र)

- 'अंकुर माध्यम' तर्फे महाराष्ट्रभरातील विविध शाळा – महाविद्यालयांमध्ये शिक्षणविषयक कार्यशाळा
- शिक्षणविषयक परिषदांमध्ये संशोधन निबंध सादर
- विविध शिक्षणसंस्थांमधून व्याख्याने
- विविध सामाजिक – शैक्षणिक संशोधन प्रकल्पांमध्ये सहभाग
- विविध शैक्षणिक संस्थांचे डॉक्युमेंटेशन
- विशेष व सामान्य मुलांसाठी शैक्षणिक साहित्य निर्मिती; 'इना मिका शिका' या मुलांसाठीच्या शैक्षणिक साधनांच्या प्रदर्शनाचे आयोजन
- दैनिक *सकाळ*, *सकाळ साप्ताहिक* यांच्यासह महाराष्ट्रातील आघाडीच्या वर्तमानपत्रांमध्ये आणि मासिकांमध्ये लेखन; लेखमाला प्रकाशित
- बालमानसशास्त्र, मेंदू आणि शिक्षण यावर पुस्तके प्रकाशित :

  पाळणाघर असे हवे! | *अशी का वागतात मुले?*
  अभ्यास आनंददायी कसा कराल? | *मुलांचे ताण : जबाबदारी पालकांची*
  आधुनिक स्फूर्तिकथा | *दप्तराचे ओझे*
  गृहपाठ | *शिक्षा... ?*
  डेअर टू ड्रीम | *उत्तरांच्या वाटेवर*
  व्यक्तिमत्त्व विकास इयत्ता : नववी | *व्यक्तिमत्त्व विकास इयत्ता : दहावी*
  टीनएजर्सच्या मनात
- 'मोठ्यांचे घर उन्हात' हा नभोवाणी कार्यक्रम
- टी.व्ही आणि आकाशवाणीवर शिक्षणविषयक अनेक चर्चांमध्ये सहभाग

संगोपन पालकत्वाचे

डॉ. श्रीकांत चोरघडे

पृष्ठसंख्या : ११८

आकार : ५.५" X ८.५"

मूल्य : ₹११५/-

ISBN 9789384316334

- एकविसाव्या शतकात वाढलेल्या जगण्याच्या वेगामुळे मुलांमध्ये वर्तनसमस्या, व्यसनाधीनता, गुन्हेगारी वृत्ती, अपरिपक्व प्रेमसंबंध, वेगवान वाहनांमुळे होणारे अपघात अशा व्याधी मुलामुलींमध्ये वाढत्या प्रमाणात दिसू लागल्या आहेत. यावर प्रतिबंधात्मक उपाययोजना मुले वाढवताना, त्यांचे संगोपन करतानाच करता येणे शक्य आहे याचे भान देणारे पुस्तक.
- विचारपूर्वक नियोजनबद्ध पालकत्व राबवले तर त्यातून घडणारी पिढी पौगंडावस्थेत मानसिक झंझावाताचा काळ समर्थपणे पार पाडून परिपक्व व्यक्तिमत्त्वाकडे वाटचाल करू शकेल. त्यासाठी सुजाण पालकत्व कसे करावे याचे मार्गदर्शन.
- सहज, सोपी भाषा; उपदेशपर लेखन न करता उदाहरणांतून, दैनंदिन उपयोगासाठीच्या छोट्या छोट्या सूचनांमधून पालकत्व कसे बहरेल हे सुचवणारे अप्रतिम पुस्तक.

- डॉ. श्रीकांत चोरघडे अनुभवी व लोकप्रिय बालरोगतज्ज्ञ असून गेली ४७ वर्षे कार्यरत. मुलांच्या सर्वांगीण विकासामध्ये त्यांना विशेष रुची आहे. मुलांच्या वर्तनसमस्यांवर मात करण्यासाठी त्यांच्या पालकांना मार्गदर्शन करण्याच्या सुमारे चाळीस वर्षांच्या अनुभवातून साकारलेले पुस्तक प्रत्येक पालकासाठी उपयुक्त ठरेल असेच आहे.

स्मार्ट मूल

डॉ. सुनील गोडबोले (बालरोगतज्ज्ञ)
डॉ. अश्विनी गोडबोले (बालआहारशास्त्रज्ञ)

पृष्ठसंख्या : १५२ (पुठ्ठा बांधणी)
आकार : ६.५'' X ९.५''
मूल्य : ₹२७५/-
ISBN 9789380571614

- प्रत्येक मूल स्मार्ट असतेच. आपल्या स्मार्ट मुलाचा वेगवेगळ्या क्षेत्रांतला कल लक्षात घेऊन त्यानुसार त्याच्या / तिच्या अंगभूत गुणांना चकाकी देणारे, 'स्मार्ट पालक' होण्यासाठी मार्गदर्शन करणारे लेखन.
- प्रसिद्ध मानसशास्त्रज्ञ होवार्ड गार्डनरने मांडलेले बुद्धिमत्तेचे आठ वेगवेगळे पैलू – भाषिक, तार्किक, गणिती, सांगीतिक, अवकाशीय/दृश्यात्मक, शारीरिक गतिबोधक, आंतरव्यक्तिक, व्यक्तिअंतर्गत, निसर्गविषयक असे आहेत. गार्डनरच्या या अष्टपैलू, बहुआयामी बुद्धिमत्तेच्या चौकटीचा आधार घेऊन आपले मूल स्मार्ट कसे बनू शकेल याविषयी हितगुज करणारे पुस्तक

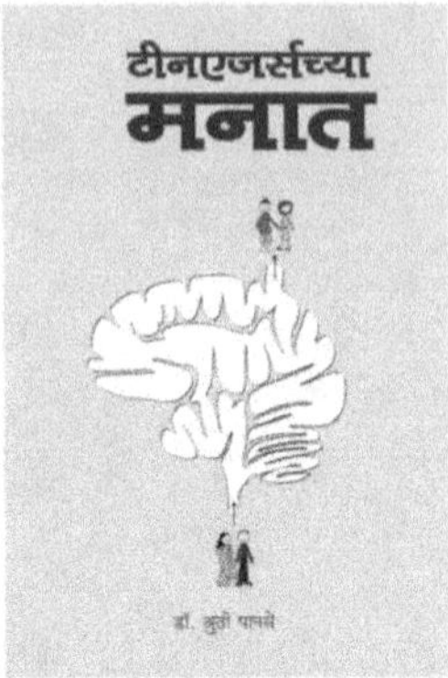

टीनएजर्सच्या मनात

डॉ. श्रुती पानसे

पृष्ठसंख्या : १२०

आकार : ५.५'' X ८.५''

मूल्य : ₹१४०/-

ISBN 9789384316709

- पूर्वी टीन-एज हे साधारण १३ ते १९ या वयात समजले जायचे. पण आता हे वय थोडे खाली येत आहे. मुले लवकर मोठी होत आहेत; वयात येत आहेत. त्यामुळे 'टीनएजर्सच्या मनात' हे पुस्तक साधारण ८-९ वर्षांपासून ते १८-१९ वर्षांपर्यंतच्या मुलामुलींच्या आईबाबांसाठी लिहिलेले आहे.
- मुलांमध्ये मानसिक - भावनिक बदल का होतात, याचा वेध या पुस्तकात मेंदूसंशोधनांच्या आधारे घेतला आहे. टीनएजर्ससाठी मेंदूपूरक काय आहे, मुलांनी आणि आईबाबांनी भांडणातून किंवा निराशेतून कोणत्याच टोकाला न जाता यातून मार्ग कसा काढता येईल, याची उत्तरे पुस्तकात सापडतील.

www.ingramcontent.com/pod-product-compliance
Lightning Source LLC
LaVergne TN
LVHW010947051026
849532LV00003B/1169